The Power of Outdoor Advertising: Influencing All Audiences

బహిరంగ ప్రకటన యొక్క శక్తి: అన్ని వర్గాల ప్రజలను ప్రభావితం చేయడం

AF096259

Priya Nair

Copyright © [2023]

Author: Priya Nair

The Power of Outdoor Advertising: Influencing All Audiences

All rights reserved. No part of this publication may be reproduced or transmitted in any form or by any means, electronic or mechanical, including photocopying, recording, or any information storage and retrieval system, without prior written permission from the author.

This book is a self-published work by the author Priya Nair

ISBN:

TABLE OF CONTENTS

Chapter 1: The Psychology of Outdoor Advertising — 11

- Explore how humans process visual information in outdoor environments.
- Discuss the impact of color, size, and placement on attention and engagement.
- Analyze different cognitive biases and their relevance in crafting effective outdoor ads.
- Provide examples of successful outdoor campaigns that leveraged psychological principles.

Chapter 2: Understanding Your Audience — 19

- Define different audience segments and their outdoor media consumption habits.
- Analyze demographics, psychographics, and behavioral patterns relevant to outdoor advertising.
- Discuss the importance of targeting the right audience with the right message.
- Provide case studies of campaigns tailored to specific audience segments.

Chapter 3: Crafting the Perfect Outdoor Message　　27

- Explore different creative approaches for outdoor advertising: billboards, digital displays, transit ads, etc.
- Discuss the importance of simplicity, clarity, and memorability in outdoor messaging.
- Analyze effective headlines, visuals, and calls to action for outdoor campaigns.
- Showcase examples of award-winning outdoor ad campaigns.

Chapter 4: Strategic Placement and Location　　37

- Discuss the importance of choosing the right location for your outdoor ad.
- Analyze traffic patterns, visibility, and context for optimal impact.
- Explore different types of outdoor advertising locations: highways, city centers, transit hubs, etc.
- Provide case studies of successful outdoor campaigns leveraging strategic placement.

Chapter 5: Integrating with Other Marketing Channels   45

- Discuss how outdoor advertising can complement other marketing channels like digital, print, and social media.
- Explore cross-channel campaigns that utilize outdoor advertising as a touchpoint.
- Analyze the role of data and analytics in optimizing multi-channel campaigns.
- Provide examples of successful integrated campaigns involving outdoor advertising.

Chapter 6: Measuring Success and ROI   53

- Discuss different metrics for measuring the effectiveness of outdoor advertising campaigns.
- Analyze reach, impressions, engagement, and conversion rates.
- Explore attribution models and their relevance to tracking ROI for outdoor advertising.
- Provide case studies of campaigns that successfully tracked and measured their results.

Conclusion: 62

- Summarize the key takeaways of the book about the power of outdoor advertising.
- Discuss future trends and innovations in the outdoor advertising landscape.
- Provide a call to action for readers to embrace the power of outdoor advertising for their brands.

TABLE OF CONTENTS

అధ్యాయం 1: బహిరంగ ప్రకటనల మనస్తత్వశాస్త్రం — 11

- బహిరంగ వాతావరణంలో మానవులు దృశ్యమాన సమాచారాన్ని ఎలా ప్రాసెస్ చేస్తారో అన్వేషించండి.
- రంగు, పరిమాణం, స్థానం యొక్క ప్రభావం దృష్టి, నిమగ్నతపై చర్చించండి.
- వివిధ అభిజ్ఞాన పక్షపాతాలను విశ్లేషించండి మరియు అవి ప్రభావవంతమైన బహిరంగ ప్రకటనలను రూపొందించడంలో ఎలా సంబంధం కలిగి ఉంటాయి.
- మనస్తత్వ శాస్త్రపరమైన సూత్రాలను ఉపయోగించిన విజయవంతమైన బహిరంగ ప్రకటనల ప్రచారాల ఉదాహరణలను అందించండి.

అధ్యాయం 2: మీ ప్రేక్షకులను అర్థం చేసుకోవడం 19

- వివిధ ప్రేక్షకుల విభాగాలను మరియు వారి బహిరంగ మీడియా వినియోగ అలవాట్లను నిర్వచించండి.
- బహిరంగ ప్రకటనలకు సంబంధించిన జనాభా వివరాలు, మానసిక వివరాలు మరియు ప్రవర్తన నమూనాలను విశ్లేషించండి.
- సరైన సందేశంతో సరైన ప్రేక్షకులను లక్ష్యంగా చేసుకోవడం యొక్క ప్రాముఖ్యతను చర్చించండి.
- నిర్దిష్ట ప్రేక్షకుల విభాగాలకు అనుగుణంగా రూపొందించిన ప్రచారాల కేసు అధ్యయనాలను అందించండి.

అధ్యాయం 3: పరిపూర్ణ బహిరంగ సందేశాన్ని రూపొందించడం 27

- బిల్‌బోర్డ్‌లు, డిజిటల్ డిస్‌ప్లేలు, ట్రాన్సిట్ ప్రకటనలు మొదలైన వివిధ సృజనాత్మక పద్ధతులను అన్వేషించండి.
- బహిరంగ సందేశాలలో సరళత్వం, స్పష్టత మరియు గుర్తుంచుకోదగిన ప్రాముఖ్యతను చర్చించండి.
- బహిరంగ ప్రచారాల కోసం ప్రభావవంతమైన హెడ్‌లైన్‌లు, దృశ్యాలు మరియు చర్యలకు పిలుపులను విశ్లేషించండి.
- అవార్డులు గెలుచుకున్న బహిరంగ ప్రకటన ప్రచారాల ఉదాహరణలను ప్రదర్శించండి.

అధ్యాయం 4: వ్యూహాత్మక ప్లేస్‌మెంట్ మరియు స్థానం   37

- మీ బహిరంగ ప్రకటనకు సరైన స్థానాన్ని ఎంచుకోవడం యొక్క ప్రాముఖ్యతను చర్చించండి.
- ట్రాఫిక్ నమూనాలు, దృశ్యమానత మరియు సందర్భం యొక్క ప్రభావాన్ని గరిష్ట ప్రభావానికి విశ్లేషించండి.
- హైవేలు, నగర కేంద్రాలు, ట్రాన్సిట్ హబ్‌లు మొదలైన వివిధ రకాల బహిరంగ ప్రకటన స్థానాలను అన్వేషించండి.
- వ్యూహాత్మక ప్లేస్‌మెంట్‌ను ఉపయోగించి విజయవంతమైన బహిరంగ ప్రచారాల కేసు అధ్యయనాలను అందించండి.

అధ్యాయం 5: ఇతర మార్కెటింగ్ ఛానెళ్లతో సమ్మైక్యతం చేయడం   45

- డిజిటల్, ప్రింట్, సోషల్ మీడియా వంటి ఇతర మార్కెటింగ్ ఛానెళ్లను బహిరంగ ప్రకటనలు ఎలా పూర్తి చేయగలవో చర్చించండి.
- బహిరంగ ప్రకటనలను టచ్‌పాయింట్‌గా ఉపయోగించే క్రాస్-ఛానెల్ ప్రచారాలను అన్వేషించండి.
- బహుళ-ఛానెల్ ప్రచారాలను ఆప్టిమైజ్ చేయడంలో డేటా మరియు అనలిటిక్స్ పాత్రను విశ్లేషించండి.
- బహిరంగ ప్రకటనలను కలిగి ఉన్న విజయవంతమైన ఇంటిగ్రేటెడ్ ప్రచారాల ఉదాహరణలను అందించండి.

అధ్యాయం 6: విజయాన్ని మరియు ROIని కొలవడం — 53

- బహిరంగ ప్రకటన ప్రచారాల ప్రభావాన్ని కొలవడానికి వివిధ కొలమానాలను చర్చించండి.
- రీచ్, ఇంప్రెషన్లు, నిమగ్నత మరియు కన్వర్షన్ రేట్లను విశ్లేషించండి.
- బహిరంగ ప్రకటనలకు ROIని ట్రాక్ చేయడంలో ఆపాదన నమూనాలను మరియు వాటి సంబంధాన్ని అన్వేషించండి.
- తమ ఫలితాలను విజయవంతంగా ట్రాక్ చేసి కొలిచిన ప్రచారాల కేసు అధ్యయనాలను అందించండి.

ముగింపు: — 62

- బహిరంగ ప్రకటనల శక్తి గురించి పుస్తకంలోని ముఖ్య విషయాలను సంగ్రహించండి.
- బహిరంగ ప్రకటన రంగంలో భవిష్యత్తు ధోరణులు మరియు నవీకరణాలను చర్చించండి.
- బహిరంగ ప్రకటనల శక్తిని తమ బ్రాండ్ల కోసం స్వీకరించాలని పాఠకులకు పిలుపునివ్వండి.

Chapter 1: The Psychology of Outdoor Advertising

అధ్యాయం 1: బహిరంగ ప్రకటనల మనస్తత్వశాస్త్రం

బహిరంగ వాతావరణంలో మానవులు దృశ్యమాన సమాచారాన్ని ఎలా ప్రాసెస్ చేస్తారో అన్వేషించండి

పరిచయం

మానవులు దృశ్యమాన సమాచారాన్ని ప్రాసెస్ చేయడంలో చాలా నైపుణ్యం కలిగి ఉన్నారు. మనం క్షణాల్లో ఒకే సమయంలో అనేక విషయాలను చూడగలము మరియు అర్థం చేసుకోగలము. ఇది మనం మన చుట్టూ ఉన్న ప్రపంచాన్ని అర్థం చేసుకోవడానికి మరియు మన జీవితంలో సమర్థవంతంగా పని చేయడానికి అవసరమైన సమాచారాన్ని సేకరించడానికి అనుమతిస్తుంది.

బహిరంగ వాతావరణంలో, మనం అనేక రకాల దృశ్యమాన సమాచారాన్ని ఎదుర్కొంటాము. ఈ సమాచారం మనకు చుట్టూ ఉన్న వస్తువులు, ప్రజలు మరియు సంఘటనల గురించి సమాచారాన్ని అందిస్తుంది. ఇది మనకు భద్రత, సౌకర్యం మరియు సమాచారాన్ని నిర్ణయించడంలో సహాయపడుతుంది.

ఈ వ్యాసం బహిరంగ వాతావరణంలో మానవులు దృశ్యమాన సమాచారాన్ని ఎలా ప్రాసెస్ చేస్తారో అన్వేషిస్తుంది. ఇది ఈ ప్రక్రియలో పాల్గొనే వివిధ మానసిక మరియు భౌతిక ప్రక్రియలను పరిశీలిస్తుంది.

మానసిక ప్రక్రియలు

బహిరంగ వాతావరణంలో దృశ్యమాన సమాచారాన్ని ప్రాసెస్ చేయడంలో అనేక మానసిక ప్రక్రియలు పాల్గొంటాయి. ఈ ప్రక్రియలలో కొన్ని:

- చూడటం: ఇది దృశ్యమాన సమాచారాన్ని మన కళ్ళు ద్వారా గ్రహించే ప్రక్రియ.
- గ్రహించడం: ఇది దృశ్యమాన సమాచారాన్ని మన మెదడులో అర్థం చేసుకోవడానికి ప్రాసెస్ చేసే ప్రక్రియ.
- అవగాహన: ఇది దృశ్యమాన సమాచారం యొక్క అర్థాన్ని మనం అర్థం చేసుకోవడానికి ప్రక్రియ.

చూడటం అనేది బహిరంగ వాతావరణంలో దృశ్యమాన సమాచారాన్ని ప్రాసెస్ చేయడంలో మొదటి మరియు అత్యంత ముఖ్యమైన దశ. మన కళ్ళు ప్రపంచం నుండి కాంతిని గ్రహిస్తాయి మరియు దానిని మన మెదడుకు పంపుతాయి. మన మెదడు ఈ కాంతిని చిత్రాలుగా మారుస్తుంది, ఇందులో మనం చూస్తున్న వస్తువుల మరియు ప్రజల ఆకారాలు, రంగులు మరియు స్థానాలు ఉంటాయి.

గ్రహించడం అనేది మన మెదడు ఈ చిత్రాలను అర్థం చేసుకోవడానికి ప్రాసెస్ చేసే ప్రక్రియ. మన మెదడు ఈ చిత్రాలను మనం మునుపే చూసిన చిత్రాలతో పోల్చుతుంది మరియు వాటిని ఏమిటో గుర్తించడానికి ప్రయత్నిస్తుంది. మన మెదడు ఈ చిత్రాల నుండి కూడా కొత్త సమాచారాన్ని నేర్చుకోవచ్చు.

రంగు, పరిమాణం, స్థానం యొక్క ప్రభావం దృష్టి, నిమగ్నతపై చర్చించండి

పరిచయం

మానవులు దృశ్యమాన సమాచారాన్ని ప్రాసెస్ చేయడంలో చాలా నైపుణ్యం కలిగి ఉన్నారు. మనం క్షణాల్లో ఒకే సమయంలో అనేక విషయాలను చూడగలము మరియు అర్థం చేసుకోగలము. ఈ సామర్థ్యం మనం మన చుట్టూ ఉన్న ప్రపంచాన్ని అర్థం చేసుకోవడానికి మరియు మన జీవితంలో సమర్థవంతంగా పని చేయడానికి అవసరమైన సమాచారాన్ని సేకరించడానికి అనుమతిస్తుంది.

బహిరంగ వాతావరణంలో, మనం అనేక రకాల దృశ్యమాన సమాచారాన్ని ఎదుర్కొంటాము. ఈ సమాచారం మనకు చుట్టూ ఉన్న వస్తువులు, ప్రజలు మరియు సంఘటనల గురించి సమాచారాన్ని అందిస్తుంది. ఇది మనకు భద్రత, సౌకర్యం మరియు సమాచారాన్ని నిర్ణయించడంలో సహాయపడుతుంది.

ఈ వ్యాసం రంగు, పరిమాణం మరియు స్థానం వంటి దృశ్యమాన గుణాల యొక్క ప్రభావాన్ని దృష్టి మరియు నిమగ్నతపై చర్చిస్తుంది.

రంగు యొక్క ప్రభావం

రంగు అనేది దృశ్యమాన సమాచారంలో ఒక ముఖ్యమైన భాగం. ఇది మన దృష్టిని ఆకర్షించడానికి మరియు మన భావోద్వేగాలను ప్రభావితం చేయడానికి ఉపయోగించవచ్చు.

దృష్టిపై రంగు యొక్క ప్రభావం

రంగు మన దృష్టిని ఆకర్షించే అత్యంత శక్తివంతమైన మార్గాలలో ఒకటి. నారాజకంగా ఉన్న వస్తువుల కంటే ఆకర్షణీయమైన వస్తువులపై మనం సాధారణంగా మరింత దృష్టి పెడతాము. ఈ ప్రభావం రంగు యొక్క తీవ్రత, సంతృప్తి మరియు శోషణ ద్వారా నిర్ణయించబడుతుంది.

నిమగ్నతపై రంగు యొక్క ప్రభావం

రంగు మన నిమగ్నతను కూడా ప్రభావితం చేస్తుంది. ఉదాహరణకు, స్పష్టమైన రంగుతో ఉన్న వస్తువులపై మనం సాధారణంగా మరింత నిమగ్నంగా ఉంటాము. ఇది రంగు యొక్క తీవ్రత మరియు సంతృప్తి ద్వారా నిర్ణయించబడుతుంది.

పరిమాణం యొక్క ప్రభావం

పరిమాణం అనేది మరొక ముఖ్యమైన దృశ్య గుణం. ఇది మన దృష్టిని ఆకర్షించడానికి మరియు మన భావోద్వేగాలను ప్రభావితం చేయడానికి ఉపయోగించవచ్చు.

దృష్టిపై పరిమాణం యొక్క ప్రభావం

పెద్ద వస్తువులపై మనం సాధారణంగా చిన్న వస్తువుల కంటే మరింత దృష్టి పెడతాము.

వివిధ అభిజ్ఞాన పక్షపాతాలను విశ్లేషించండి మరియు అవి ప్రభావవంతమైన బహిరంగ ప్రకటనలను రూపొందించడంలో ఎలా సంబంధం కలిగి ఉంటాయి.

పరిచయం

అభిజ్ఞాన పక్షపాతం అనేది మన ఆలోచనలు, భావాలు మరియు ప్రవర్తనలను ప్రభావితించే సాధారణ మానసిక మార్గాలు. ఈ పక్షపాతాలు మనం సమాచారాన్ని ఎలా ప్రాసెస్ చేస్తామో మరియు నిర్ణయాలు తీసుకుంటామో ప్రభావితం చేస్తాయి.

బహిరంగ ప్రకటనలు ప్రజలపై ప్రభావం చూపడానికి అభిజ్ఞాన పక్షపాతాలను ఉపయోగించడం ద్వారా ప్రభావవంతంగా ఉంటాయి. ప్రకటనదారులు ప్రజలను తమ ఉత్పత్తి లేదా సేవను కొనుగోలు చేయడానికి ప్రోత్సహించడానికి ఈ పక్షపాతాలను ఉపయోగించవచ్చు.

వివిధ అభిజ్ఞాన పక్షపాతాలు

అభిజ్ఞాన పక్షపాతాల యొక్క కొన్ని ఉదాహరణలు ఇక్కడ ఉన్నాయి:

- సరళత పక్షపాతం: మనం సాధారణీకరణలు మరియు ఊహలను చేయడానికి ఇష్టపడతాము, కొత్త లేదా సంక్లిష్ట సమాచారాన్ని అర్థం చేసుకోవడానికి ఇది సులభమైన మార్గం.

- ధన్యవాద పక్షపాతం: మనం మనకు అనుకూలమైన సమాచారాన్ని ఎక్కువగా నమ్ముతున్నాము మరియు

మనకు వ్యతిరేకమైన సమాచారాన్ని తక్కువగా నమ్ముతున్నాము.

- అదృష్ట పక్షపాతం: మనం మన విజయాలను మన స్వంత సామర్థ్యాలకు ఆపాదించడానికి మరియు మన వైఫల్యాలను బాహ్య కారకాలకు ఆపాదించడానికి ఇష్టపడతాము.
- పరిచయ పక్షపాతం: మనకు మరింత పరిచయం ఉన్న విషయాలను మనం ఇష్టపడతాము.
- నమ్మక పక్షపాతం: మనం నమ్మే విషయాలను మనం నిజమని నమ్ముతాము, కొత్త సమాచారం అందించినప్పటికీ.

అభిజ్ఞాన పక్షపాతాలు మరియు బహిరంగ ప్రకటనలు

ప్రకటనదారులు ప్రజలపై ప్రభావం చూపడానికి అభిజ్ఞాన పక్షపాతాలను వివిధ మార్గాల్లో ఉపయోగించవచ్చు. ఉదాహరణకు, వారు:

- సరళమైన ప్రకటనలను ఉపయోగించవచ్చు: సరళమైన ప్రకటనలు మనకు అర్థం చేసుకోవడానికి సులభం, మరియు అవి మన మనస్సులో స్థిరంగా ఉండే అవకాశం ఉంది.
- ధన్యవాద పక్షపాతాన్ని ఉపయోగించవచ్చు: ప్రకటనలు మనకు అనుకూలమైన లక్షణాలను కలిగి ఉన్న ఉత్పత్తులు మరియు సేవలను ప్రోత్సహించవచ్చు.

మనస్తత్వ శాస్త్రపరమైన సూత్రాలను ఉపయోగించిన విజయవంతమైన బహిరంగ ప్రకటనల ప్రచారాల ఉదాహరణలు

బహిరంగ ప్రకటనలు అనేవి ఒక ఉత్పత్తి లేదా సేవను విక్రయించడానికి లేదా ప్రోత్సహించడానికి ఉపయోగించే కమ్యూనికేషన్ పద్ధతులు. ఈ ప్రచారాలు వినియోగదారుల మనస్తత్వాన్ని అర్థం చేసుకోవడం మరియు వారిపై ప్రభావం చూపడం ద్వారా విజయవంతమవుతాయి.

మనస్తత్వ శాస్త్రం అనేది మానవ మనస్తత్వాన్ని అధ్యయనం చేసే శాస్త్రం. ఇది మనం ఎలా ఆలోచిస్తాము, ఎలా భావిస్తాము మరియు ఎలా ప్రవర్తిస్తాము అనే దాని గురించి మనకు అవగాహన ఇస్తుంది. బహిరంగ ప్రకటన నిపుణులు మనస్తత్వ శాస్త్రం యొక్క సూత్రాలను ఉపయోగించి వినియోగదారులను వారి ఉత్పత్తులు లేదా సేవలను కొనుగోలు చేయడానికి ప్రోత్సహించడానికి ప్రయత్నిస్తారు.

మనస్తత్వ శాస్త్రం యొక్క కొన్ని సాధారణ సూత్రాలు ఇక్కడ ఉన్నాయి:

- అవసరాన్ని సృష్టించండి: మొదట, ప్రకటనలు వినియోగదారులకు వారు తమకు అవసరమైనదాన్ని లేదా కోరుకుంటున్నదాన్ని ఇవ్వడం ద్వారా వారిలో అవసరాన్ని సృష్టించాలి. ఉదాహరణకు, ఒక టూత్‌పేస్ట్ ప్రకటన టూత్‌పేస్ట్‌ను ఉపయోగించడం వల్ల శుభ్రమైన మరియు తెల్లటి దంతాలను పొందవచ్చని వినియోగదారులకు చూపించవచ్చు.

- సామాజిక ఆమోదాన్ని ఉపయోగించండి: వినియోగదారులు తమకు ఇష్టమైన

లేదా విశ్వసించే వ్యక్తుల నుండి ప్రోత్సాహం పొందితే, వారు కొత్త ఉత్పత్తి లేదా సేవను ప్రయత్నించడానికి మరింత అవకాశం ఉంది. ఉదాహరణకు, ఒక ఫ్యాషన్ బ్రాండ్ ప్రముఖులను తమ ఉత్పత్తులను ధరించడం చూపించే ప్రకటనలను ఉపయోగించవచ్చు.

- ఎమోషన్లను ఆడండి: మనస్తత్వ శాస్త్రం ప్రకారం, మనం ఎక్కువగా ఎమోషన్ల ఆధారంగా నిర్ణయాలు తీసుకుంటాము. బహిరంగ ప్రకటనలు వినియోగదారులలో భయం, ఆనందం లేదా అభిమానం వంటి భావోద్వేగాలను రేకెత్తించడానికి ప్రయత్నిస్తాయి. ఉదాహరణకు, ఒక భీకరమైన హోమ్ ఇన్సూరెన్స్ ప్రకటన వినియోగదారులను వారి ఇళ్లను రక్షించుకోవడానికి ప్రోత్సహించవచ్చు.

Chapter 2: Understanding Your Audience
అధ్యాయం 2: మీ ప్రేక్షకులను అర్థం చేసుకోవడం

వివిధ ప్రేక్షకుల విభాగాలు మరియు వారి బహిరంగ మీడియా వినియోగ అలవాట్లు

ప్రేక్షకులను విభజించడం అనేది వారు ఎవరు, వారు ఏమి కోరుకుంటున్నారు మరియు వారు ఏ విధంగా నిర్ణయాలు తీసుకుంటారో అర్థం చేసుకోవడానికి ఒక మార్గం. బహిరంగ మీడియా ప్రచారాలను రూపొందించేటప్పుడు, ప్రకటనదారులు తమ లక్ష్య ప్రేక్షకులను ఎలా అర్థం చేసుకోవాలో తెలుసుకోవడం చాలా ముఖ్యం.

ప్రేక్షకులను విభజించడానికి అనేక మార్గాలు ఉన్నాయి. ఒక సాధారణ మార్గం భౌగోళికంగా వారిని విభజించడం. ఉదాహరణకు, ఒక కంపెనీ భారతదేశంలోని వివిధ ప్రాంతాలలో వివిధ ప్రచారాలను రూపొందించవచ్చు.

ప్రేక్షకులను విభజించడానికి మరొక సాధారణ మార్గం వారి వయస్సు, లింగం లేదా ఆదాయం వంటి జనాభా లక్షణాల ఆధారంగా వారిని విభజించడం. ఉదాహరణకు, ఒక టీవీ ఛానెల్ యువ ప్రేక్షకుల కోసం ఒక ప్రచారాన్ని రూపొందించవచ్చు, అయితే మరొక ఛానెల్ పెద్దల కోసం ఒక ప్రచారాన్ని రూపొందించవచ్చు.

ప్రేక్షకులను విభజించడానికి మరొక మార్గం వారి ఆసక్తులు లేదా జీవనశైలి ఆధారంగా వారిని విభజించడం. ఉదాహరణకు, ఒక ఫ్యాషన్ బ్రాండ్ యువ ఫ్యాషన్-స్వీకరించే

ప్రేక్షకుల కోసం ఒక ప్రచారాన్ని రూపొందించవచ్చు, అయితే మరొక బ్రాండ్ కుటుంబ-ఆధారిత ప్రేక్షకుల కోసం ఒక ప్రచారాన్ని రూపొందించవచ్చు.

ప్రేక్షకులను విభజించడం ద్వారా, ప్రకటనదారులు తమ ప్రచారాలను వారి లక్ష్య ప్రేక్షకులకు మరింత ఆకర్షణీయంగా మరియు ప్రభావవంతంగా చేయగలుగుతారు.

బహిరంగ మీడియా వినియోగ అలవాట్లు

ప్రేక్షకుల విభాగాలు బహిరంగ మీడియాను వివిధ విధాలుగా ఉపయోగిస్తాయి. ఈ అలవాట్లు ప్రకటనదారులకు తమ ప్రచారాలను విజయవంతంగా రూపొందించడంలో సహాయపడతాయి.

వయస్సు

వయస్సు ప్రేక్షకుల బహిరంగ మీడియా వినియోగ అలవాట్లపై గణనీయమైన ప్రభావాన్ని చూపుతుంది. యువ ప్రేక్షకులు సాధారణంగా టెక్నాలజీకి మరింత లోతైన అనుబంధాన్ని కలిగి ఉంటారు మరియు సోషల్ మీడియా, ఇంటర్నెట్ మరియు మొబైల్ పరికరాల ద్వారా మీడియాను వినియోగించే అవకాశం ఉంది.

బహిరంగ ప్రకటనలకు సంబంధించిన జనాభా వివరాలు, మానసిక వివరాలు మరియు ప్రవర్తన నమూనాలను విశ్లేషించండి.

బహిరంగ ప్రకటనలు అనేవి ఒక ఉత్పత్తి లేదా సేవను విక్రయించడానికి లేదా ప్రోత్సహించడానికి ఉపయోగించే కమ్యూనికేషన్ పద్ధతులు. ఈ ప్రచారాలు వినియోగదారుల మనస్తత్వాన్ని అర్థం చేసుకోవడం మరియు వారిపై ప్రభావం చూపడం ద్వారా విజయవంతమవుతాయి.

బహిరంగ ప్రకటనలను రూపొందించేటప్పుడు, ప్రకటనదారులు తమ లక్ష్య ప్రేక్షకులను అర్థం చేసుకోవడం చాలా ముఖ్యం. ఈ అర్థం చేసుకోవడానికి, ప్రకటనదారులు జనాభా వివరాలు, మానసిక వివరాలు మరియు ప్రవర్తన నమూనాలను విశ్లేషించాలి.

జనాభా వివరాలు

జనాభా వివరాలు అనేవి ప్రేక్షకుల వయస్సు, లింగం, ఆదాయం, శిక్షణ, మతం మరియు జాతి వంటి లక్షణాలను సూచిస్తాయి. ఈ వివరాలు ప్రకటనదారులకు తమ ప్రచారాలను ఎక్కడ, ఎప్పుడు మరియు ఎలా ప్రసారం చేయాలో నిర్ణయించడంలో సహాయపడతాయి.

ఉదాహరణకు, ఒక టీవీ ఛానెల్ యువ ప్రేక్షకుల కోసం ఒక ప్రచారాన్ని రూపొందించాలనుకుంటే, అది యువ ప్రేక్షకులకు ఎక్కువగా వీక్షించే టీవీ షోలలో ప్రసారం చేయాలనుకుంటుంది.

మానసిక వివరాలు

మానసిక వివరాలు అనేవి ప్రేక్షకుల ఆసక్తులు, విలువలు మరియు నమ్మకాలను సూచిస్తాయి. ఈ వివరాలు ప్రకటనదారులకు తమ ప్రచారాలను ఎలా సృష్టించాలో మరియు ఎలా ప్రసారం చేయాలో నిర్ణయించడంలో సహాయపడతాయి.

ఉదాహరణకు, ఒక ఫ్యాషన్ బ్రాండ్ యువ ఫ్యాషన్-స్వీకరించే ప్రేక్షకుల కోసం ఒక ప్రచారాన్ని రూపొందించాలనుకుంటే, అది ఆ ప్రేక్షకుల ఆసక్తులను మరియు విలువలను ప్రతిబింబించే ప్రచారాన్ని సృష్టించాలనుకుంటుంది.

ప్రవర్తన నమూనాలు

ప్రవర్తన నమూనాలు అనేవి ప్రేక్షకులు ఎలా ఆలోచిస్తారు, ఎలా భావిస్తారు మరియు ఎలా ప్రవర్తిస్తారో సూచిస్తాయి. ఈ వివరాలు ప్రకటనదారులకు తమ ప్రచారాలను ఎలా రూపొందించాలో మరియు ఎలా ప్రసారం చేయాలో నిర్ణయించడంలో సహాయపడతాయి.

ఉదాహరణకు, ఒక హోమ్ ఇన్సూరెన్స్ కంపెనీ భయంతో ప్రేక్షకులను ప్రభావితం చేయాలనుకుంటే, అది భయంతో కూడిన ప్రకటనను సృష్టించాలనుకుంటుంది.

సరైన సందేశంతో సరైన ప్రేక్షకులను లక్ష్యంగా చేసుకోవడం యొక్క ప్రాముఖ్యత

ప్రతి వ్యాపారం లేదా సంస్థ తమ ఉత్పత్తులు లేదా సేవలను అమ్మడానికి లేదా ప్రచారం చేయడానికి ప్రేక్షకులను లక్ష్యంగా చేసుకోవాలి. ఈ ప్రక్రియలో, సరైన సందేశాన్ని సరైన ప్రేక్షకులకు చేరవేయడం చాలా ముఖ్యం. ఇది చేయడానికి, మీరు మీ ప్రేక్షకులను మరియు వారి అవసరాలను బాగా అర్థం చేసుకోవాలి.

సరైన సందేశం

సరైన సందేశాన్ని ఎంచుకోవడం అనేది లక్ష్య ప్రేక్షకులను ఆకర్షించడానికి మరియు వారిని చర్య తీసుకోవడానికి ప్రేరేపించడానికి ముఖ్యం. సందేశం స్పష్టంగా, సంక్షిప్తంగా మరియు స్పష్టంగా ఉండాలి. ఇది ప్రేక్షకులకు సంబంధించిన మరియు వారి అవసరాలను తీర్చగలగాలి.

ఉదాహరణకు, ఒక ఆన్‌లైన్ షాపింగ్ వెబ్‌సైట్ కొత్త ఉత్పత్తులను ప్రకటించాలనుకుంటే, అది ఆ ఉత్పత్తులు ఏమి చేస్తాయో మరియు అవి ఎందుకు మంచివో స్పష్టంగా వివరించాలి. ఇది ఉత్పత్తులు ఎవరికోసం అనువైనవి అనే దాని గురించి కూడా స్పష్టంగా ఉండాలి.

సరైన ప్రేక్షకులు

సరైన ప్రేక్షకులను లక్ష్యంగా చేసుకోవడం చాలా ముఖ్యం. మీ ఉత్పత్తులు లేదా సేవలు ఎవరికి ఉపయోగపడతాయి? వారు ఎక్కడ నివసిస్తున్నారు? వారు ఏమి చేస్తారు? వారు ఏమి ఆలోచిస్తారు?

ఈ ప్రశ్నలకు సమాధానం ఇవ్వడం ద్వారా, మీరు మీ లక్ష్య ప్రేక్షకులను మరింత బాగా అర్థం చేసుకోవచ్చు. మీరు మీ ప్రచారాన్ని వారి అవసరాలు మరియు ఆసక్తులకు అనుగుణంగా రూపొందించవచ్చు.

ఉదాహరణకు, ఒక ఫ్యాషన్ బ్రాండ్ యువ మహిళలను లక్ష్యంగా చేసుకుంటే, అది వారి అభిరుచులు మరియు ఫ్యాషన్ ట్రెండ్ల గురించి తెలుసుకోవాలి. ఇది వారితో సంభాషించడానికి సోషల్ మీడియా వంటి వారి ప్రాధాన్యత కమ్యూనికేషన్ చానెల్లను ఉపయోగించవచ్చు.

సరైన మార్గంలో సందేశాన్ని ప్రసారం చేయండి

సరైన సందేశాన్ని సరైన ప్రేక్షకులకు చేరవేయడానికి, మీరు సరైన మార్గంలో సందేశాన్ని ప్రసారం చేయాలి. మీరు ఏమి కోరుకుంటున్నారో మరియు దానిని ఎలా చేయాలనుకుంటున్నారో మీ ప్రేక్షకులకు తెలియజేయడానికి మీరు స్పష్టమైన మరియు సంక్షిప్త సందేశాన్ని ఉపయోగించాలి.

నిర్దిష్ట ప్రేక్షకుల విభాగాలకు అనుగుణంగా రూపొందించిన ప్రచారాల కేసు అధ్యయనాలు

ప్రతి వ్యాపారం లేదా సంస్థ తమ ఉత్పత్తులు లేదా సేవలను అమ్మడానికి లేదా ప్రచారం చేయడానికి ప్రేక్షకులను లక్ష్యంగా చేసుకోవాలి. ఈ ప్రక్రియలో, సరైన సందేశాన్ని సరైన ప్రేక్షకులకు చేరవేయడం చాలా ముఖ్యం. ఇది చేయడానికి, మీరు మీ ప్రేక్షకులను మరియు వారి అవసరాలను బాగా అర్థం చేసుకోవాలి.

నిర్దిష్ట ప్రేక్షకుల విభాగాలను లక్ష్యంగా చేసుకునే ప్రచారాలు చాలా విజయవంతమవుతాయి. ఈ రకమైన ప్రచారాలు మీ ప్రేక్షకులను మరింత లోతుగా అర్థం చేసుకోవడానికి మరియు వారి అవసరాలు మరియు ఆసక్తులకు అనుగుణంగా మీ సందేశాన్ని రూపొందించడానికి మిమ్మల్ని అనుమతిస్తాయి.

కేసు అధ్యయనం 1: యువ మహిళలను లక్ష్యంగా చేసుకున్న ఫ్యాషన్ బ్రాండ్

ఒక ఫ్యాషన్ బ్రాండ్ యువ మహిళలను లక్ష్యంగా చేసుకుంది. బ్రాండ్ యొక్క లక్ష్యం ఈ ప్రేక్షకులకు తమ ఉత్పత్తులను మరింత ఆకర్షణీయంగా చేయడం.

బ్రాండ్ మొదట యువ మహిళల అవసరాలు మరియు ఆసక్తుల గురించి పరిశోధన చేసింది. పరిశోధన నుండి, బ్రాండ్ యువ మహిళలు ఫ్యాషన్‌ను ఒక వ్యక్తిత్వ వ్యక్తీకరణ మార్గంగా చూసుకుంటారని, వారు సాంప్రదాయిక ఫ్యాషన్‌ను విసుక్కోవాలని కోరుకుంటున్నారని కనుగొంది.

బ్రాండ్ ఈ సమాచారాన్ని ఉపయోగించి దాని ప్రచారాన్ని రూపొందించింది. ప్రచారం యువ మహిళలకు వారి స్వంత ఫ్యాషన్ శైలిని సృష్టించడానికి ప్రేరణ ఇచ్చింది. ప్రచారం యొక్క టోన్ మరియు భాష యువ మహిళల భాషను ప్రతిబింబించేలా రూపొందించబడింది.

ప్రచారం చాలా విజయవంతమైంది. ఇది యువ మహిళలను బ్రాండ్ గురించి తెలుసుకోవడానికి మరియు దాని ఉత్పత్తులను కొనడానికి ప్రేరేపించింది.

కేసు అధ్యయనం 2: పెద్దలను లక్ష్యంగా చేసుకున్న ఒక ఆరోగ్య బ్రాండ్

ఒక ఆరోగ్య బ్రాండ్ పెద్దలను లక్ష్యంగా చేసుకుంది. బ్రాండ్ యొక్క లక్ష్యం ఈ ప్రేక్షకులలో ఆరోగ్యం మరియు ఫిట్‌నెస్ గురించి అవగాహన పెంచడం.

బ్రాండ్ మొదట పెద్దల ఆరోగ్యం మరియు ఫిట్‌నెస్ గురించి పరిశోధన చేసింది.

Chapter 3: Crafting the Perfect Outdoor Message
అధ్యాయం 3: పరిపూర్ణ బహిరంగ సందేశాన్ని రూపొందించడం

బిల్‌బోర్డ్‌లు, డిజిటల్ డిస్‌ప్లేలు, ట్రాన్సిట్ ప్రకటనలు మొదలైన వివిధ సృజనాత్మక పద్ధతులు

ప్రచారం అనేది ఒక వ్యాపారం లేదా సంస్థ తమ ఉత్పత్తులు లేదా సేవలను ప్రజలకు తెలియజేయడానికి ఉపయోగించే ఒక మార్గం. ప్రచారాలు వివిధ మార్గాల్లో రూపొందించబడతాయి, మరియు అవి వివిధ సృజనాత్మక పద్ధతులను ఉపయోగిస్తాయి.

బిల్‌బోర్డ్‌లు

బిల్‌బోర్డ్‌లు ప్రచారాలకు ఒక సాంప్రదాయిక మార్గం. అవి పెద్ద పరిమాణంలో ఉంటాయి మరియు ప్రజలు తరచుగా చూసే ప్రదేశాలలో ఉంచబడతాయి. బిల్‌బోర్డ్‌లు సాధారణంగా చిత్రాలు, టెక్స్ట్ మరియు లోగోలను ఉపయోగిస్తాయి.

డిజిటల్ డిస్‌ప్లేలు

డిజిటల్ డిస్‌ప్లేలు బిల్‌బోర్డ్‌లకు ప్రత్యామ్నాయం. అవి మరింత స్థిరంగా ఉంటాయి మరియు మరింత సృజనాత్మకంగా ఉంటాయి. డిజిటల్ డిస్‌ప్లేలు శబ్దం, వీడియో మరియు ఇతర ప్రభావాలను ఉపయోగించవచ్చు.

ట్రాన్సిట్ ప్రకటనలు

ట్రాన్సిట్ ప్రకటనలు బస్సులు, రైళ్లు మరియు ఇతర ప్రజా రవాణా వాహనాలలో ఉంటాయి. అవి ప్రజలకు చాలా తరచుగా చూడే ప్రదేశాలలో ఉంటాయి. ట్రాన్సిట్ ప్రకటనలు సాధారణంగా చిత్రాలు, టెక్స్ట్ మరియు లోగోలను ఉపయోగిస్తాయి.

ఇతర సృజనాత్మక పద్ధతులు

ప్రచారాల కోసం ఉపయోగించే ఇతర సృజనాత్మక పద్ధతులలో ఇవి ఉన్నాయి:

- సోషల్ మీడియా: సోషల్ మీడియా ప్రచారాలు ప్రజలతో సంభాషించడానికి మరియు వారితో సంబంధాలు పెంచుకోవడానికి ఒక గొప్ప మార్గం.

- అంతర్జాలం: అంతర్జాలం ప్రచారాల కోసం ఒక శక్తివంతమైన మాధ్యమం. వెబ్‌సైట్లు, ఇమెయిల్ మరియు డిజిటల్ మార్కెటింగ్ వంటి అనేక మార్గాల్లో అంతర్జాలాన్ని ఉపయోగించవచ్చు.

- వ్యక్తిగతీకరణ: వ్యక్తిగతీకరణ అనేది ప్రచారాలను మరింత ప్రభావవంతంగా చేయడానికి ఉపయోగించే ఒక మార్గం. వ్యక్తిగతీకరణ ప్రజలకు వారి అవసరాలకు మరియు ఆసక్తులకు సంబంధించిన సందేశాలను అందించడంపై దృష్టి పెడుతుంది.

బహిరంగ సందేశాలలో సరళత్వం, స్పష్టత మరియు గుర్తుంచుకోదగిన ప్రాముఖ్యత

బహిరంగ సందేశాలు అనేవి ప్రజలకు తెలియజేయడానికి లేదా ప్రేరేపించడానికి ఉపయోగించే ప్రకటనలు, ప్రచారాలు మరియు ఇతర సంభాషణలు. బహిరంగ సందేశాలు సమర్థవంతంగా ఉండాలంటే, అవి సరళంగా, స్పష్టంగా మరియు గుర్తుంచుకోదగినవిగా ఉండాలి.

సరళత్వం

సరళత్వం అనేది బహిరంగ సందేశాలలో చాలా ముఖ్యమైన లక్షణం. సరళమైన సందేశాలు ప్రజలకు అర్థం చేసుకోవడానికి మరియు గుర్తుంచుకోవడానికి సులభం. అవి అధిక-సాంకేతిక పదజాలం లేదా సంక్లిష్టమైన భాషను ఉపయోగించవు.

స్పష్టత

స్పష్టత అనేది బహిరంగ సందేశాలలో మరొక ముఖ్యమైన లక్షణం. స్పష్టమైన సందేశాలు ప్రజలకు వాటి సందేశాన్ని అర్థం చేసుకోవడానికి అనుమతిస్తాయి. అవి రహస్యమైన లేదా అస్పష్టమైనవి కావు.

గుర్తుంచుకోదగిన

గుర్తుంచుకోదగిన సందేశాలు ప్రజలకు మరింత శక్తివంతంగా ఉంటాయి. అవి ప్రజల మనస్సులో స్థిరంగా ఉంటాయి మరియు చర్య తీసుకోవడానికి ప్రేరేపిస్తాయి.

సరళత్వం, స్పష్టత మరియు గుర్తుంచుకోదగిన ప్రాముఖ్యతను వివరించే కొన్ని ఉదాహరణలు:

- సరళత్వం: "ఆరోగ్యకరమైన ఆహారం తినండి" అనే సందేశం సరళమైనది. ఇది ప్రజలకు ఏమి చేయాలనే దానిని స్పష్టంగా తెలియజేస్తుంది మరియు అది గుర్తుంచుకోవడానికి సులభం.
- స్పష్టత: "మీరు కలిగి ఉన్న క్యాన్సర్‌ను తొలగించడానికి మేము మీకు సహాయం చేయగలము" అనే సందేశం స్పష్టమైనది. ఇది ప్రజలకు వారి సమస్యకు మీరు ఎలా సహాయం చేయగలరనే దానిని తెలియజేస్తుంది.
- గుర్తుంచుకోదగిన: "సురక్షితంగా ఉండండి, హెల్మెట్ ధరించండి" అనే సందేశం గుర్తుంచుకోదగినది. ఇది ఒక స్పష్టమైన, సంక్షిప్త సందేశం మరియు ఇది ప్రజలకు శక్తివంతమైన సందేశాన్ని అందిస్తుంది.

బహిరంగ సందేశాలు సమర్థవంతంగా ఉండాలంటే, అవి సరళంగా, స్పష్టంగా మరియు గుర్తుంచుకోదగినవిగా ఉండాలి.

బహిరంగ ప్రచారాల కోసం ప్రభావవంతమైన హెడ్‌లైన్‌లు, దృశ్యాలు మరియు చర్యలకు పిలుపులను విశ్లేషించండి

బహిరంగ ప్రచారాలు ప్రజలకు సందేశాలను ప్రసారం చేయడానికి ఒక శక్తివంతమైన మార్గం. అవి ప్రజలకు ఒక విషయం గురించి తెలుసుకోవడానికి, ఒక చర్యను తీసుకోవడానికి లేదా ఒక ఉత్పత్తి లేదా సేవను కొనుగోలు చేయడానికి ప్రేరేపించగలవు. ప్రభావవంతమైన బహిరంగ ప్రచారాలు శక్తివంతమైన హెడ్‌లైన్‌లు, దృశ్యాలు మరియు చర్యలకు పిలుపులను ఉపయోగిస్తాయి.

హెడ్‌లైన్‌లు

బహిరంగ ప్రచారాలలో, హెడ్‌లైన్‌లు చాలా ముఖ్యమైనవి. అవి ప్రజల దృష్టిని ఆకర్షించాలి మరియు వారి ఆసక్తిని రేకెత్తించాలి. ప్రభావవంతమైన హెడ్‌లైన్‌లు కింది లక్షణాలను కలిగి ఉంటాయి:

- స్పష్టంగా మరియు సంక్షిప్తంగా ఉండాలి. ప్రజలు హెడ్‌లైన్‌ను ఒక క్షణంలో చదవగలగాలి మరియు దాని అర్థం ఏమిటో అర్థం చేసుకోగలగాలి.
- ఆకర్షణీయంగా ఉండాలి. హెడ్‌లైన్ ప్రజల దృష్టిని ఆకర్షించాలి మరియు వారి ఆసక్తిని రేకెత్తించాలి.
- సందేశాన్ని స్పష్టంగా తెలియజేయాలి. హెడ్‌లైన్ ప్రచారంలోని ప్రధాన సందేశాన్ని స్పష్టంగా తెలియజేయాలి.

దృశ్యాలు

బహిరంగ ప్రచారాలలో, దృశ్యాలు కూడా చాలా ముఖ్యమైనవి. అవి ప్రజలకు సందేశాన్ని శక్తివంతంగా తెలియజేయగలవు. ప్రభావవంతమైన దృశ్యాలు కింది లక్షణాలను కలిగి ఉంటాయి:

- స్పష్టంగా ఉండాలి. దృశ్యం యొక్క అర్థం ఏమిటో ప్రజలు ఒక క్షణంలో అర్థం చేసుకోగలగాలి.
- ఆకర్షణీయంగా ఉండాలి. దృశ్యం ప్రజల దృష్టిని ఆకర్షించాలి మరియు వారి ఆసక్తిని రేకెత్తించాలి.
- సందేశాన్ని స్పష్టంగా తెలియజేయాలి. దృశ్యం ప్రచారంలోని ప్రధాన సందేశాన్ని స్పష్టంగా తెలియజేయాలి.

చర్యలకు పిలుపులు

చర్యలకు పిలుపులు అనేవి ఒక ప్రకటన లేదా ప్రచారంలో ఒక నిర్దిష్ట చర్యను తీసుకోవడానికి ప్రజలను ప్రోత్సహించడానికి ఉపయోగించే ఒక శక్తివంతమైన సాధనం. అవి ఒక ఉత్పత్తిని కొనుగోలు చేయడానికి, ఒక సేవను ఉపయోగించడానికి, ఒక సమస్య గురించి తెలుసుకోవడానికి లేదా ఒక చర్యను తీసుకోవడానికి ప్రజలను ప్రేరేపించగలవు.

చర్యలకు పిలుపులు ప్రభావవంతంగా ఉండటానికి, అవి కింది లక్షణాలను కలిగి ఉండాలి:

- స్పష్టంగా ఉండాలి: ప్రజలు ఏమి చేయాలనుకుంటున్నారో వారికి అర్థమయ్యేలా పిలుపు ఉండాలి.

- సులభంగా అమలు చేయగలిగేలా ఉండాలి: పిలుపును అమలు చేయడం ప్రజలకు సులభంగా ఉండాలి.
- అత్యవసరంగా ఉండాలి: పిలుపు ప్రజలకు అత్యవసరమని అనిపించాలి.
- విశ్వసనీయంగా ఉండాలి: పిలుపును అమలు చేయడం వల్ల ఏమి జరుగుతుందో ప్రజలు విశ్వసించాలి.

చర్యలకు పిలుపులను రూపొందించడానికి కొన్ని చిట్కాలు ఇక్కడ ఉన్నాయి:

- సందేశాన్ని సంక్షిప్తంగా ఉంచండి: ప్రజలు పిలుపును ఒక క్షణంలో అర్థం చేసుకోగలిగేలా ఉంచండి.
- క్రియాపదాన్ని ఉపయోగించండి: ప్రజలు ఏమి చేయాలనుకుంటున్నారో స్పష్టంగా తెలియజేయడానికి ఒక చర్యపదాన్ని ఉపయోగించండి.
- నిర్దిష్టతను ఉపయోగించండి: ప్రజలు ఏమి చేయాలనుకుంటున్నారో స్పష్టంగా తెలియజేయడానికి నిర్దిష్ట పదాలు లేదా వ్యక్తీకరణలను ఉపయోగించండి.
- అత్యవసరాన్ని సృష్టించండి: పిలుపు ప్రజలకు అత్యవసరమని అనిపించేలా చేయడానికి ఒక అత్యవసరాన్ని సృష్టించండి.
- విశ్వసనీయతను పెంచండి: పిలుపును అమలు చేయడం వల్ల ఏమి జరుగుతుందో ప్రజలు విశ్వసించేలా చేయడానికి ఆధారాలను అందించండి.

చర్యలకు పిలుపులకు కొన్ని ఉదాహరణలు ఇక్కడ ఉన్నాయి:

- "ఈ రోజు ఒక వీటర్‌ను టీప్ ఇవ్వండి."
- "మీ తదుపరి ప్రయాణానికి భారతదేశాన్ని ఎంచుకోండి."
- "రక్తదానం చేయండి మరియు మీ జీవితాన్ని రక్షించండి."

ఈ పిలుపులు అన్ని స్పష్టంగా, సులభంగా అమలు చేయగలిగేవి మరియు అత్యవసరంగా ఉన్నాయి. అవి ప్రజలను చర్య తీసుకోవడానికి ప్రేరేపించడానికి ఉద్దేశించబడ్డాయి.

అవార్డులు గెలుచుకున్న బహిరంగ ప్రకటన ప్రచారాల ఉదాహరణలు

బహిరంగ ప్రకటన ప్రచారాలు అనేవి ఒక సంస్థ లేదా ఉత్పత్తి గురించి ప్రజలకు తెలియజేయడానికి ఉపయోగించే ఒక శక్తివంతమైన మార్గం. అవి సరైన మార్గంలో రూపొందించబడితే, అవి గుర్తింపును పెంచడానికి, అమ్మకాలను పెంచడానికి మరియు ప్రజల గుండెల్లో స్థానం సంపాదించడానికి సహాయపడతాయి.

అవార్డులు గెలుచుకున్న బహిరంగ ప్రకటన ప్రచారాలు ఇతర ప్రచారాల కంటే ముఖ్యమైనవి. అవి ఒక సంస్థ లేదా ఉత్పత్తి గురించి ఉన్నతమైన ప్రమాణాలను సూచిస్తాయి మరియు వినియోగదారులకు మరింత విశ్వసనీయంగా అనిపిస్తాయి.

ఇక్కడ కొన్ని అవార్డులు గెలుచుకున్న బహిరంగ ప్రకటన ప్రచారాల ఉదాహరణలు ఉన్నాయి:

1. "వర్గం మీద వర్గం" - కేంద్ర ప్రభుత్వం

ఈ ప్రచారం భారతదేశంలోని వివిధ సామాజిక వర్గాల మధ్య సహకారం మరియు సహనాన్ని ప్రోత్సహించడానికి రూపొందించబడింది. ప్రచారం ఒక కుటుంబం యొక్క వివిధ సభ్యుల మధ్య సంబంధాలను చూపిస్తుంది, వారు వేర్వేరు సామాజిక వర్గాలకు చెందినవారైనా. ప్రచారం వినియోగదారుల నుండి చాలా ప్రశంసలు అందుకుంది మరియు అనేక అవార్డులను గెలుచుకుంది.

2. "మీ హృదయాన్ని వదులుకోండి" - స్పిరిట్ ఎయిర్‌లైన్స్

ఈ ప్రచారం స్పిరిట్ ఎయిర్లైన్స్ యొక్క కొత్త సేవలను ప్రోత్సహించడానికి రూపొందించబడింది. ప్రచారం ఒక యువ జంట యొక్క ప్రేమ కథను చూపిస్తుంది, వారు ప్రపంచాన్ని అన్వేషించడానికి స్పిరిట్ ఎయిర్లైన్స్‌ను ఉపయోగిస్తారు. ప్రచారం వినియోగదారుల నుండి చాలా ప్రశంసలు అందుకుంది మరియు అనేక అవార్డులను గెలుచుకుంది.

3. "దయచేసి సున్నితంగా ఉండండి" - మాక్‌డోనాల్డ్స్

ఈ ప్రచారం మాక్‌డోనాల్డ్స్ యొక్క కొత్త హాట్ డాగ్‌లను ప్రోత్సహించడానికి రూపొందించబడింది. ప్రచారం ఒక కుటుంబం ఒక రోజు భోజనం చేస్తున్న దృశ్యాన్ని చూపిస్తుంది. కుటుంబం యొక్క చిన్న కుమారుడు తన హాట్ డాగ్‌ను చింపివేస్తాడు, కానీ అతని తల్లిదండ్రులు అతనిని చిరాకు పెట్టరు. బదులుగా, వారు అతనితో సున్నితంగా ఉంటారు మరియు అతనికి కొత్త హాట్ డాగ్ ఇస్తారు.

Chapter 4: Strategic Placement and Location
అధ్యాయం 4: వ్యూహాత్మక ప్లేస్‌మెంట్ మరియు స్థానం

మీ బహిరంగ ప్రకటనకు సరైన స్థానాన్ని ఎంచుకోవడం యొక్క ప్రాముఖ్యత

బహిరంగ ప్రకటన అనేది ఒక వస్తువు లేదా సేవను ప్రోత్సహించడానికి ఉపయోగించే ఒక రకమైన ప్రచారం. ఇది టెలివిజన్, రేడియో, మీడియా, మరియు బహిరంగ ప్రదేశాలలో ప్రదర్శించబడుతుంది. బహిరంగ ప్రకటన యొక్క ప్రభావాన్ని నిర్ణయించే అనేక అంశాలు ఉన్నాయి, వాటిలో ఒకటి స్థానం. సరైన స్థానాన్ని ఎంచుకోవడం ద్వారా, మీరు మీ ప్రకటనను మీ లక్ష్య ప్రేక్షకులకు చేరుకోవడానికి మరియు మీ ప్రచార లక్ష్యాలను సాధించడానికి మరింత అవకాశాన్ని పొందుతారు.

సరైన స్థానాన్ని ఎంచుకోవడంలో పరిగణించవలసిన అంశాలు

సరైన స్థానాన్ని ఎంచుకోవడంలో పరిగణించవలసిన అనేక అంశాలు ఉన్నాయి. వాటిలో కొన్ని:

- లక్ష్య ప్రేక్షకులు: మీ ప్రకటనను ఎవరు చూడాలనుకుంటున్నారు? మీ లక్ష్య ప్రేక్షకులు ఏ వయస్సులో ఉన్నారు? వారు ఎక్కడ నివసిస్తున్నారు? వారు ఏ రకమైన వస్తువులు లేదా సేవలను కొనుగోలు చేస్తారు?

- ఉత్పత్తి లేదా సేవ: మీరు ప్రచారం చేస్తున్న ఉత్పత్తి లేదా సేవ ఏమిటి? ఇది ఏ రకమైన ప్రజలకు ఉద్దేశించబడింది?
- ప్రచార లక్ష్యాలు: మీ ప్రచార లక్ష్యాలు ఏమిటి? మీరు అవగాహనను పెంచాలనుకుంటున్నారా? అమ్మకాలను పెంచాలనుకుంటున్నారా?

స్థానం ఎంచుకునేటప్పుడు పరిగణించవలసిన కొన్ని నిర్దిష్ట అంశాలు ఇక్కడ ఉన్నాయి:

- ప్రేక్షకుల ట్రాఫిక్: మీ ప్రకటనను చూసే ప్రజల సంఖ్యను పరిగణించండి. ఎక్కువ ట్రాఫిక్ ఉన్న ప్రదేశాలు మీ ప్రకటనను ఎక్కువ మంది ప్రజలు చూసే అవకాశం ఉంది.
- ప్రకటన యొక్క పరిమాణం మరియు రకం: మీ ప్రకటన యొక్క పరిమాణం మరియు రకం స్థానానికి ప్రభావం చూపుతుంది. పెద్ద ప్రకటనలు మరియు మరింత ఆకర్షణీయమైన ప్రకటనలు చిన్న ప్రకటనల కంటే ఎక్కువ ట్రాఫిక్ పొందవచ్చు.
- ఖర్చు: స్థానం ఖర్చు కూడా పరిగణించాల్సిన అంశం. కొన్ని స్థానాలు ఇతరుల కంటే ఎక్కువ ఖరీదైనవి.

ట్రాఫిక్ నమూనాలు, దృశ్యమానత మరియు సందర్భం యొక్క ప్రభావాన్ని గరిష్ట ప్రభావానికి విశ్లేషించండి

బహిరంగ ప్రకటన యొక్క ప్రభావాన్ని నిర్ణయించే అనేక అంశాలు ఉన్నాయి, వాటిలో ట్రాఫిక్ నమూనాలు, దృశ్యమానత మరియు సందర్భం కూడా ఉన్నాయి. ఈ అంశాలను గరిష్ట ప్రభావానికి ఎలా ఉపయోగించాలో తెలుసుకోవడం ద్వారా, మీ బహిరంగ ప్రకటనలు మీ లక్ష్య ప్రేక్షకులకు చేరుకోవడానికి మరియు మీ ప్రచార లక్ష్యాలను సాధించడానికి మరింత అవకాశాన్ని పొందుతాయి.

ట్రాఫిక్ నమూనాలు

ట్రాఫిక్ నమూనాలు ఒక నిర్దిష్ట ప్రదేశంలో ఎంత మంది ప్రజలు ఎప్పుడు వెళ్లారో తెలియజేస్తాయి. ట్రాఫిక్ నమూనాలను అర్థం చేసుకోవడం ద్వారా, మీరు మీ ప్రకటనను ఎక్కువ మంది ప్రజలు చూసే సమయం మరియు ప్రదేశాన్ని ఎంచుకోవచ్చు.

ఉదాహరణకు, మీరు ఒక ఆహార ఉత్పత్తిని ప్రచారం చేస్తున్నట్లయితే, మీరు ఉదయం లేదా సాయంత్రం వంటి భోజన సమయంలో ఎక్కువ ట్రాఫిక్ ఉన్న ప్రదేశంలో మీ ప్రకటనను ఉంచవచ్చు.

దృశ్యమానత

దృశ్యమానత అనేది ఒక ప్రకటన ఎంత బాగా కనిపిస్తుందో తెలియజేస్తుంది. దృశ్యమానత మంచి ప్రకటనలు మరింత మంది ప్రజల దృష్టిని ఆకర్షిస్తాయి.

దృశ్యమానతను మెరుగుపరచడానికి, మీరు మీ ప్రకటనను పెద్దదిగా చేయవచ్చు, దీనిలో ప్రకాశవంతమైన రంగులు లేదా విలక్షణమైన డిజైన్‌ను ఉపయోగించవచ్చు.

సందర్భం

సందర్భం అనేది ఒక ప్రకటనను చూసే ప్రజలు ఏమి చేస్తున్నారో మరియు ఎక్కడ ఉన్నారో తెలియజేస్తుంది. సందర్భానికి తగిన ప్రకటనలు మరింత ప్రభావవంతంగా ఉంటాయి.

ఉదాహరణకు, మీరు ఒక క్రీడా ఉత్పత్తిని ప్రచారం చేస్తున్నట్లయితే, మీరు క్రీడా స్టేడియం లేదా జిమ్ వంటి క్రీడా-సంబంధిత ప్రదేశంలో మీ ప్రకటనను ఉంచవచ్చు.

హైవేలు, నగర కేంద్రాలు, ట్రాన్సిట్ హబ్‌లు మొదలైన వివిధ రకాల బహిరంగ ప్రకటన స్థానాలను అన్వేషించండి

బహిరంగ ప్రకటన అనేది ఒక వస్తువు లేదా సేవను ప్రోత్సహించడానికి ఉపయోగించే ఒక రకమైన ప్రచారం. ఇది టెలివిజన్, రేడియో, మీడియా, మరియు బహిరంగ ప్రదేశాలలో ప్రదర్శించబడుతుంది. బహిరంగ ప్రకటన యొక్క ప్రభావాన్ని నిర్ణయించే అనేక అంశాలు ఉన్నాయి, వాటిలో స్థానం కూడా ఉంది.

వివిధ రకాల బహిరంగ ప్రకటన స్థానాలు ఉన్నాయి, ప్రతి ఒక్కటి దాని స్వంత ప్రయోజనాలు మరియు అప్రయోజనాలు కలిగి ఉంటాయి. కొన్ని సాధారణ రకాల బహిరంగ ప్రకటన స్థానాలు ఇక్కడ ఉన్నాయి:

- హైవేలు: హైవేలు అనేవి ఎక్కువ ట్రాఫిక్ ఉన్న ప్రదేశాలు, కాబట్టి అవి మీ ప్రకటనను చాలా మంది ప్రజలకు చేరుకోవడానికి మంచి మార్గం. హైవే బోర్డులు, స్క్రీన్లు మరియు బ్యానర్‌లు హైవేలలో సాధారణ బహిరంగ ప్రకటన రూపాలు.
- నగర కేంద్రాలు: నగర కేంద్రాలు అనేవి ప్రజలు చాలా సమయం గడపే ప్రదేశాలు, కాబట్టి అవి మీ ప్రకటనను గుర్తుంచుకోవడానికి మంచి మార్గం. బస్ స్టాప్‌లు, టెలిఫోన్ హుక్‌లు, మరియు సిగ్నల్ లైట్ పాస్‌లు నగర కేంద్రాలలో సాధారణ బహిరంగ ప్రకటన రూపాలు.
- ట్రాన్సిట్ హబ్‌లు: ట్రాన్సిట్ హబ్‌లు అనేవి ప్రజలు ఒక ప్రదేశం నుండి మరొక ప్రదేశానికి వెళ్లేటప్పుడు ఆగే ప్రదేశాలు, కాబట్టి అవి మీ ప్రకటనను ప్రజలకు

చేరుకోవడానికి మంచి మార్గం. బస్ టెర్మినల్లు, రైల్వే స్టేషన్లు, మరియు విమానాశ్రయాలు ట్రాన్సిట్ హబ్లలో సాధారణ బహిరంగ ప్రకటన రూపాలు.

- బిల్బోర్డ్లు: బిల్బోర్డ్లు అనేవి పెద్ద ప్రకటనలు, ఇవి సాధారణంగా ప్రధాన రహదారులపై లేదా పెద్ద ప్రదేశాలలో కనిపిస్తాయి. బిల్బోర్డ్లు మీ ప్రకటనను చాలా మంది ప్రజలకు చేరుకోవడానికి మంచి మార్గం, కానీ అవి చాలా ఖరీదైనవి కావచ్చు.

- సైన్లు: సైన్లు అనేవి చిన్న ప్రకటనలు, ఇవి సాధారణంగా షాపులు, రెస్టారెంట్లు మరియు ఇతర వ్యాపారాల ముఖద్వారాలలో కనిపిస్తాయి.

వ్యూహాత్మక ప్లేస్‌మెంట్‌ను ఉపయోగించి విజయవంతమైన బహిరంగ ప్రచారాల కేసు అధ్యయనాలు

బహిరంగ ప్రకటన అనేది ఒక వస్తువు లేదా సేవను ప్రోత్సహించడానికి ఉపయోగించే ఒక రకమైన ప్రచారం. ఇది టెలివిజన్, రేడియో, మీడియా, మరియు బహిరంగ ప్రదేశాలలో ప్రదర్శించబడుతుంది. బహిరంగ ప్రకటన యొక్క ప్రభావాన్ని నిర్ణయించే అనేక అంశాలు ఉన్నాయి, వాటిలో స్థానం కూడా ఉంది.

వ్యూహాత్మక ప్లేస్‌మెంట్ అనేది మీ లక్ష్య ప్రేక్షకులను చేరుకోవడానికి మరియు మీ ప్రచార లక్ష్యాలను సాధించడానికి ఉత్తమమైన ప్రదేశాలను ఎంచుకోవడం. విజయవంతమైన బహిరంగ ప్రకటనల కోసం వ్యూహాత్మక ప్లేస్‌మెంట్ చాలా ముఖ్యం.

కొన్ని విజయవంతమైన బహిరంగ ప్రకటన కేసు అధ్యయనాలు ఇక్కడ ఉన్నాయి, ఇవి వ్యూహాత్మక ప్లేస్‌మెంట్‌ను ఉపయోగించాయి:

- కోక కోలా "జీవితం నుండి ఒక ముక్క" ప్రచారం

ఈ ప్రచారం ప్రజలు జీవితంలో ఆనందించే చిన్న క్షణాల గురించి ప్రజలకు గుర్తు చేస్తుంది. ప్రచారం ఒక వ్యక్తి తన స్నేహితులతో కలిసి సన్‌సెట్‌ను ఆస్వాదించడం, ఒక తల్లి తన బిడ్డను ముద్దు పెట్టడం మరియు ఒక వ్యక్తి తన మొదటి స్నేహితుడితో హస్తాఘ్రం చేయడం వంటి వీడియోలను కలిగి ఉంది.

ఈ ప్రచారం చాలా విజయవంతమైంది మరియు కోక కోలా అమ్మకాలను పెంచడంలో సహాయపడింది. ప్రచారం యొక్క విజయం దాని వ్యూహాత్మక ప్లేస్‌మెంట్‌కు చాలా కారణం. ప్రచారం ప్రధాన రహదారులపై, పార్కులలో మరియు ఇతర ప్రజా ప్రదేశాలలో బిల్‌బోర్డ్‌లలో ప్రదర్శించబడింది. ఈ స్థానాలు ప్రజలు ప్రతిరోజూ సందర్శించే ప్రదేశాలు, కాబట్టి ప్రచారం చాలా మంది ప్రజల దృష్టిని ఆకర్షించింది.

- టైటాన్ "ప్రేమ యొక్క శక్తి" ప్రచారం

ఈ ప్రచారం ప్రేమ యొక్క శక్తి గురించి ప్రజలకు గుర్తు చేస్తుంది. ప్రచారం ఒక యువ జంట ప్రేమలో పడడం, ఒక జంట వివాహం చేసుకోవడం మరియు ఒక జంట వారి పిల్లలను పెంచడం వంటి వీడియోలను కలిగి ఉంది.

ఈ ప్రచారం కూడా చాలా విజయవంతమైంది మరియు టైటాన్ అమ్మకాలను పెంచడంలో సహాయపడింది. ప్రచారం యొక్క విజయం దాని వ్యూహాత్మక ప్లేస్‌మెంట్‌కు కూడా కారణం.

Chapter 5: Integrating with Other Marketing Channels

అధ్యాయం 5: ఇతర మార్కెటింగ్ ఛానెళ్లతో సమైకృతం చేయడం

డిజిటల్, ప్రింట్, సోషల్ మీడియా వంటి ఇతర మార్కెటింగ్ ఛానెళ్లను బహిరంగ ప్రకటనలు ఎలా పూర్తి చేయగలవో చర్చించండి

బహిరంగ ప్రకటన అనేది ఒక వస్తువు లేదా సేవను ప్రోత్సహించడానికి ఉపయోగించే ఒక రకమైన ప్రచారం. ఇది టెలివిజన్, రేడియో, మీడియా, మరియు బహిరంగ ప్రదేశాలలో ప్రదర్శించబడుతుంది. డిజిటల్, ప్రింట్, సోషల్ మీడియా వంటి ఇతర మార్కెటింగ్ ఛానెళ్లను బహిరంగ ప్రకటనలు పూర్తి చేయగలవు.

డిజిటల్ మార్కెటింగ్‌తో బహిరంగ ప్రకటనల పరస్పర చర్య

డిజిటల్ మార్కెటింగ్ అనేది ఇంటర్నెట్, మొబైల్ మరియు ఇతర డిజిటల్ ఛానెళ్ల ద్వారా ప్రచారం చేయడం. డిజిటల్ మార్కెటింగ్‌తో బహిరంగ ప్రకటనల పరస్పర చర్య అనేది రెండు పద్ధతుల యొక్క ప్రయోజనాలను మెరుగుపరచడానికి వాటిని కలిపి ఉపయోగించడం.

డిజిటల్ మార్కెటింగ్ బహిరంగ ప్రకటనలను కొన్ని విధాలుగా పూర్తి చేయగలదు:

- ప్రేక్షకులను లక్ష్యంగా చేసుకోవడానికి: డిజిటల్ మార్కెటింగ్‌ను ఉపయోగించి, మీరు మీ బహిరంగ

ప్రకటనలను మీ లక్ష్య ప్రేక్షకులకు ఎక్కువగా చేరుకోవడానికి లక్ష్యంగా చేసుకోవచ్చు. ఉదాహరణకు, మీరు ఒక స్నేహపూర్వక మరియు వినోద స్థలంపై ఆధారపడిన దుకాణం కోసం బహిరంగ ప్రకటనలను రూపొందించాలనుకుంటే, మీరు ఈ దుకాణాన్ని సందర్శించే ప్రజలను లక్ష్యంగా చేసుకోవడానికి డిజిటల్ మార్కెటింగ్‌ను ఉపయోగించవచ్చు.

- ప్రకటనల యొక్క ప్రభావాన్ని మెరుగుపరచడానికి: డిజిటల్ మార్కెటింగ్‌ను ఉపయోగించి, మీరు మీ బహిరంగ ప్రకటనల యొక్క ప్రభావాన్ని మెరుగుపరచడానికి వాటిని ట్రాక్ చేయవచ్చు మరియు అంచనా వేయవచ్చు. ఉదాహరణకు, మీరు ఒక బహిరంగ ప్రకటన యొక్క ప్రభావాన్ని అంచనా వేయాలనుకుంటే, మీరు డిజిటల్ మార్కెటింగ్‌ను ఉపయోగించి ప్రకటనను చూసిన ప్రజల సంఖ్యను లెక్కించవచ్చు మరియు వారు దుకాణాన్ని సందర్శించారో లేదో చూడవచ్చు.

ప్రింట్ మార్కెటింగ్‌తో బహిరంగ ప్రకటనల పరస్పర చర్య

ప్రింట్ మార్కెటింగ్ అనేది ముద్రణ ద్వారా ప్రచారం చేయడం.

బహిరంగ ప్రకటనలను టచ్ పాయింట్ గా ఉపయోగించే క్రాస్-ఛానెల్ ప్రచారాలను అన్వేషించండి

ముఖ్యమైన అంశాలు

- బహిరంగ ప్రకటనలు క్రాస్-ఛానెల్ ప్రచారాలలో ఒక ముఖ్యమైన భాగం
- బహిరంగ ప్రకటనలను సమర్థవంతంగా ఉపయోగించడానికి కొన్ని చిట్కాలు
- బహిరంగ ప్రకటనలతో క్రాస్-ఛానెల్ ప్రచారాలను రూపొందించడానికి సహాయపడే కొన్ని సాధనాలు

బహిరంగ ప్రకటనలు క్రాస్-ఛానెల్ ప్రచారాలలో ఒక ముఖ్యమైన భాగం

బహిరంగ ప్రకటనలు ప్రజలకు మీ ఉత్పత్తి లేదా సేవ గురించి తెలుసుకోవడంలో సహాయపడే ఒక శక్తివంతమైన మార్గం. అవి మీ ఉత్పత్తి లేదా సేవ గురించి అవగాహనను పెంచడానికి, మీ బ్రాండ్ ను గుర్తుంచుకోవడానికి మరియు మీ వెబ్ సైట్ కు ట్రాఫిక్ ను పంపడానికి సహాయపడతాయి.

క్రాస్-ఛానెల్ ప్రచారాలు అనేవి వివిధ మార్గాలలో ప్రేక్షకులను చేరుకోవడానికి రూపొందించిన ప్రచారాలు. ఇవి సాధారణంగా డిజిటల్ మరియు ఆఫ్ లైన్ మార్గాలను కలిగి ఉంటాయి.

బహిరంగ ప్రకటనలు క్రాస్-ఛానెల్ ప్రచారాలలో ఒక ముఖ్యమైన భాగం కావచ్చు. అవి మీ ప్రచారానికి ప్రజల

దృష్టిని ఆకర్షించడానికి మరియు మీ ప్రకటనలను మరింత ప్రభావవంతంగా చేయడానికి సహాయపడతాయి.

బహిరంగ ప్రకటనలను సమర్థవంతంగా ఉపయోగించడానికి కొన్ని చిట్కాలు

బహిరంగ ప్రకటనలను సమర్థవంతంగా ఉపయోగించడానికి కొన్ని చిట్కాలు ఇక్కడ ఉన్నాయి:

- మీ లక్ష్య ప్రేక్షకులను అర్థం చేసుకోండి. మీ ప్రకటనలు ఎవరికోసం అని మీకు తెలిస్తే, మీరు వారిని ఎక్కడ కనుగొనవచ్చో మరియు వారితో ఏమి మాట్లాడాలో మీకు తెలుస్తుంది.
- సరైన మైక్రో-టార్గెటింగ్‌ను ఉపయోగించండి. మీ ప్రకటనలను మీ లక్ష్య ప్రేక్షకులకు మాత్రమే చూపించడానికి మీరు మైక్రో-టార్గెటింగ్‌ను ఉపయోగించవచ్చు. ఇది మీ ప్రకటనల యొక్క ఖర్చును తగ్గించడంలో మరియు మీ ప్రకటనల యొక్క ప్రభావాన్ని పెంచడంలో సహాయపడుతుంది.
- ప్రభావవంతమైన కంటెంట్‌ను ఉపయోగించండి. మీ ప్రకటనలు ఆకర్షణీయంగా మరియు గుర్తుంచుకోగలిగేలా చేయడానికి ప్రభావవంతమైన కంటెంట్‌ను ఉపయోగించండి.

బహుళ-ఛానెల్ ప్రచారాలను ఆప్టిమైజ్ చేయడంలో డేటా మరియు అనలిటిక్స్ పాత్ర

పరిచయం

ప్రస్తుత మార్కెటింగ్ పరిశ్రమలో, బహుళ-ఛానెల్ ప్రచారాలు మరింత సాధారణం అవుతున్నాయి. ఈ ప్రచారాలు వివిధ మార్గాలలో ప్రేక్షకులను చేరుకోవడానికి రూపొందించబడ్డాయి, ఇందులో డిజిటల్ మరియు ఆఫ్లైన్ మార్గాలు ఉన్నాయి.

బహుళ-ఛానెల్ ప్రచారాలను ఆప్టిమైజ్ చేయడం కష్టం కావచ్చు. ఈ ప్రచారాలు అనేక కొలతలను కలిగి ఉంటాయి, మరియు వాటి ప్రభావాన్ని అంచనా వేయడం కష్టం కావచ్చు.

డేటా మరియు అనలిటిక్స్ బహుళ-ఛానెల్ ప్రచారాలను ఆప్టిమైజ్ చేయడంలో ముఖ్యమైన పాత్ర పోషిస్తాయి. డేటాను సేకరించడం మరియు విశ్లేషించడం ద్వారా, మార్కెటర్లు వారి ప్రచారాల యొక్క ప్రభావాన్ని అర్థం చేసుకోవచ్చు మరియు వాటిని మెరుగుపరచడానికి చర్యలు తీసుకోవచ్చు.

డేటా సేకరణ

బహుళ-ఛానెల్ ప్రచారాల నుండి డేటాను సేకరించడానికి అనేక మార్గాలు ఉన్నాయి. ఈ డేటాలో కిందివి ఉండవచ్చు:

- క్లిక్త్రూ త్రూ (CTR) - ప్రకటనపై క్లిక్ చేసిన ప్రజల సంఖ్య
- ప్రామోషన్లో పాల్గొన్న ప్రజల సంఖ్య
- వెబ్ సైట్ సందర్శనలు
- అమ్మకాలు

డేటాను సేకరించడానికి, మార్కెటర్లు సాధారణంగా ట్రాకింగ్ కోడ్‌ను ఉపయోగిస్తారు. ఈ కోడ్ ప్రకటనలు, వెబ్‌సైట్లు మరియు ఇతర మార్కెటింగ్ ఛానెళ్లలో క్లిక్‌లు మరియు ఇతర చర్యలను ట్రాక్ చేస్తుంది.

డేటా విశ్లేషణ

డేటాను సేకరించిన తర్వాత, మార్కెటర్లు దానిని విశ్లేషించాలి. డేటాను విశ్లేషించడం ద్వారా, మార్కెటర్లు వారి ప్రచారాల యొక్క ప్రభావాన్ని అర్థం చేసుకోవచ్చు మరియు వాటిని మెరుగుపరచడానికి చర్యలు తీసుకోవచ్చు.

డేటాను విశ్లేషించడానికి, మార్కెటర్లు వివిధ రకాల అనలిటిక్స్ సాధనాలను ఉపయోగించవచ్చు. ఈ సాధనాలు డేటాను గ్రాఫ్‌లు, టాబుల్‌లు మరియు ఇతర దృశ్యమాన రూపాలలో ప్రదర్శించడానికి సహాయపడతాయి.

డేటా ఆధారిత నిర్ణయాలు

డేటాను సేకరించి విశ్లేషించడం ద్వారా, మార్కెటర్లు డేటా ఆధారిత నిర్ణయాలు తీసుకోవడానికి మరింత సమర్థవంతంగా ఉంటారు.

బహిరంగ ప్రకటనలను కలిగి ఉన్న విజయవంతమైన ఇంటిగ్రేటెడ్ ప్రచారాల ఉదాహరణలు

బహిరంగ ప్రకటనలు అనేవి ఒక వ్యాపారం లేదా సంస్థ తన ఉత్పత్తులు లేదా సేవలను ప్రోత్సహించడానికి ఉపయోగించే ఒక ప్రముఖ మార్గం. అవి టెలివిజన్, రేడియో, ప్రింట్, ఆన్లైన్ మరియు బహిరంగ ప్రదేశాలలో కనిపిస్తాయి.

బహిరంగ ప్రకటనలు ఒక ప్రచారంలో ఒక ముఖ్యమైన భాగం కావచ్చు, కానీ అవి ఒంటరిగా ఉపయోగించబడితే, అవి ఎల్లప్పుడూ ఉత్తమ ఫలితాలను ఇవ్వవు. బహిరంగ ప్రకటనలను ఇతర ప్రచార మార్గాలతో కలిపి ఉపయోగించడం ద్వారా, వ్యాపారాలు మరియు సంస్థలు తమ ప్రచార ప్రయత్నాల నుండి మరింత ప్రయోజనం పొందవచ్చు.

ఇక్కడ కొన్ని విజయవంతమైన ఇంటిగ్రేటెడ్ ప్రచారాల ఉదాహరణలు ఉన్నాయి:

- కొత్త ఉత్పత్తిని ప్రారంభించడానికి ఒక టెలివిజన్ ప్రకటనను ఉపయోగించి, ఆన్లైన్ క్యాంపెయిన్ను ఉపయోగించి మరియు దుకాణాలలో బోర్డులను ఉపయోగించి ఒక కంపెనీ తన కొత్త స్మార్ట్ఫోన్ను ప్రోత్సహించింది. ఈ ప్రచారం చాలా విజయవంతమైంది మరియు కొత్త స్మార్ట్ఫోన్ను విజయవంతమైన ప్రారంభానికి దారితీసింది.
- ఒక రిటైలర్ తన విస్తరణ గురించి ప్రజలకు తెలియజేయడానికి ఒక రేడియో ప్రకటనను ఉపయోగించింది, ఒక టీవీ ప్రకటనను ఉపయోగించింది మరియు దుకాణాలలో బోర్డులను

ఉపయోగించింది. ఈ ప్రచారం చాలా విజయవంతమైంది మరియు రిటైలర్ తన విస్తరణను సమర్థవంతంగా ప్రచారం చేసింది.

- ఒక సంస్థ తన కొత్త స్వచ్ఛందత కార్యక్రమాన్ని ప్రోత్సహించడానికి ఒక టీవీ ప్రకటనను ఉపయోగించింది, ఒక ఆన్‌లైన్ క్యాంపెయిన్‌ను ఉపయోగించింది మరియు దుకాణాలలో బోర్డులను ఉపయోగించింది. ఈ ప్రచారం చాలా విజయవంతమైంది మరియు సంస్థ తన కొత్త కార్యక్రమం గురించి ప్రజలకు తెలియజేయడంలో విజయవంతమైంది.

ఈ ప్రచారాలు అన్నింటిలో ఒకే సాధారణ అంశాన్ని కలిగి ఉన్నాయి: అవి బహిరంగ ప్రకటనలను ఇతర ప్రచార మార్గాలతో సమన్వయం చేశాయి. ఈ సమన్వయం వ్యాపారాలు మరియు సంస్థలు తమ ప్రచారా ప్రయత్నాల నుండి మరింత ప్రయోజనం పొందడంలో సహాయపడింది.

Chapter 6: Measuring Success and ROI
అధ్యాయం 6: విజయాన్ని మరియు ROIని కొలవడం

బహిరంగ ప్రకటన ప్రచారాల ప్రభావాన్ని కొలవడానికి వివిధ కొలమానాలు

బహిరంగ ప్రకటన ప్రచారాలు అనేవి ఒక వ్యాపారం లేదా సంస్థ తమ ఉత్పత్తులు లేదా సేవలను ప్రోత్సహించడానికి ఉపయోగించే ఒక రకమైన మార్కెటింగ్. ఈ ప్రచారాలు వివిధ మార్గాలలో ప్రభావాన్ని చూపుతాయి, వీటిలో:

- అవగాహన పెంచడం: ప్రచారాలు ప్రజలకు ఉత్పత్తి లేదా సేవ గురించి తెలుసుకోవడానికి సహాయపడతాయి.

- వ్యక్తిగతీకరణ: ప్రచారాలు ప్రజలను వారి వ్యక్తిగత ఆసక్తులకు సంబంధించిన ఉత్పత్తులు లేదా సేవలను కనుగొనడంలో సహాయపడతాయి.

- అవకాశాలను సృష్టించడం: ప్రచారాలు కొత్త కస్టమర్లను ఆకర్షించడంలో లేదా ప్రస్తుత కస్టమర్లతో సంబంధాలను బలోపేతం చేయడంలో సహాయపడతాయి.

బహిరంగ ప్రకటన ప్రచారాల ప్రభావాన్ని కొలవడానికి అనేక కొలమానాలు ఉన్నాయి. ఈ కొలమానాలు ప్రచార లక్ష్యాలపై ఆధారపడి ఉంటాయి.

ప్రాథమిక కొలమానాలు

బహిరంగ ప్రకటన ప్రచారాల ప్రభావాన్ని కొలవడానికి ఉపయోగించే కొన్ని ప్రాథమిక కొలమానాలు ఇక్కడ ఉన్నాయి:

- ప్రచార ప్రదర్శన: ప్రచారం ఎన్నిసార్లు ప్రదర్శించబడింది లేదా ప్రసారం చేయబడింది.
- ప్రచార ప్రేక్షకులు: ప్రచారం ఎవరికి ప్రదర్శించబడింది లేదా ప్రసారం చేయబడింది.
- ప్రచార గుర్తింపు: ప్రజలు ప్రచారాన్ని గుర్తుంచుకుంటున్నారా.

అధునాతన కొలమానాలు

ప్రచార ప్రభావాన్ని మరింత లోతుగా అర్థం చేసుకోవడానికి ఉపయోగించే కొన్ని అధునాతన కొలమానాలు ఇక్కడ ఉన్నాయి:

- ప్రచార స్పందన: ప్రచారం ప్రజలను ఏ విధంగా ప్రభావితం చేసింది.
- ప్రచార లాభం: ప్రచారం నుండి వచ్చిన లాభం.

ప్రచార లక్ష్యాలను బట్టి కొలమానాలు

బహిరంగ ప్రకటన ప్రచారాల లక్ష్యాలను బట్టి కొన్ని కొలమానాలు ఇక్కడ ఉన్నాయి:

- అవగాహన పెంచడం: ప్రచార గుర్తింపు, ప్రచార స్వీకృతి, ప్రచార స్పందన.
- వ్యక్తిగతీకరణ: ప్రచార ప్రభావం, ప్రచార లాభం.

- అవకాశాలను సృష్టించడం: కొత్త కస్టమర్ల సంఖ్య, ప్రస్తుత కస్టమర్ల ఖర్చు, ప్రచార లాభం.

కొలమానాలను ఎలా ఎంచుకోవాలి

బహిరంగ ప్రకటన ప్రచారాల ప్రభావాన్ని కొలవడానికి ఉత్తమమైన కొలమానాలు ప్రచార లక్ష్యాలపై ఆధారపడి ఉంటాయి.

రీచ్, ఇంప్రెషన్లు, నిమగ్నత మరియు కన్వర్షన్ రేట్లను విశ్లేషించండి

రీచ్

రీచ్ అనేది మీ ప్రకటనలను చూసిన లేదా ప్రదర్శించబడిన ప్రజల సంఖ్య. ఇది మీ ప్రకటనల యొక్క ప్రాసెన్్టేజ్ రీచ్ మరియు మొత్తం ప్రేక్షకుల సంఖ్య ఆధారంగా లెక్కించబడుతుంది.

రీచ్‌ను మెరుగుపరచడానికి, మీరు మీ ప్రకటనలను మరింత ప్రజాదరణ పొందిన సమయాలలో లేదా ప్రదేశాలలో ప్రదర్శించవచ్చు. మీరు మీ ప్రకటనలను మరింత ఆకర్షణీయంగా కూడా చేయవచ్చు, తద్వారా ప్రజలు వాటిని మరింత చూస్తారు.

ఇంప్రెషన్లు

ఇంప్రెషన్ అనేది ఒక ప్రకటనను ఒక వ్యక్తి చూసిన లేదా ప్రదర్శించబడిన సందర్భాల సంఖ్య. ఇది ప్రత్యేకమైన ఇంప్రెషన్లు మరియు మొత్తం ఇంప్రెషన్లు ఆధారంగా లెక్కించబడుతుంది.

ఇంప్రెషన్‌లను పెంచడానికి, మీరు మీ ప్రకటనలను మరింత తరచుగా ప్రదర్శించవచ్చు. మీరు మీ ప్రకటనలను మరింత ప్రజాదరణ పొందిన సమయాలలో లేదా ప్రదేశాలలో కూడా ప్రదర్శించవచ్చు.

నిమగ్నత

నిమగ్నత అనేది ప్రజలు మీ ప్రకటనలను చూసినప్పుడు వాటితో ఎంత సమయం గడిపారు. ఇది అవుట్పుట్ నిమగ్నత మరియు మొత్తం నిమగ్నత ఆధారంగా లెక్కించబడుతుంది.

నిమగ్నతను మెరుగుపరచడానికి, మీరు మీ ప్రకటనలను మరింత ఆకర్షణీయంగా చేయవచ్చు. మీరు మీ ప్రకటనలను మరింత సమాచారంగా లేదా వినోదభరితంగా కూడా చేయవచ్చు.

కన్వర్షన్ రేట్

కన్వర్షన్ రేట్ అనేది మీ ప్రకటనల ద్వారా మీరు పొందిన మార్పిడిల సంఖ్యను మీ మొత్తం ప్రేక్షకుల సంఖ్యతో విభజించి లెక్కించబడుతుంది.

కన్వర్షన్ రేట్‌ను పెంచడానికి, మీరు మీ ప్రకటనలను మరింత ప్రభావవంతంగా చేయవచ్చు. మీరు మీ ప్రకటనలను మరింత లక్ష్యంగా చేసుకోవచ్చు, తద్వారా మీరు మీ లక్ష్య ప్రేక్షకులను మరింత బాగా చేరుకోవచ్చు.

రీచ్, ఇంప్రెషన్లు, నిమగ్నత మరియు కన్వర్షన్ రేట్‌లను విశ్లేషించడం ద్వారా, మీరు మీ ప్రకటనల యొక్క ప్రభావాన్ని అర్థం చేసుకోవచ్చు మరియు అవసరమైన మార్పులు చేయవచ్చు.

బహిరంగ ప్రకటనలకు ROIని ట్రాక్ చేయడంలో ఆపాదన నమూనాలను మరియు వాటి సంబంధాన్ని అన్వేషించండి

పరిచయం

బహిరంగ ప్రకటనలు అనేవి వ్యాపారాలు తమ ఉత్పత్తులు లేదా సేవలను ప్రజలకు ప్రచారం చేయడానికి ఉపయోగించే ఒక ప్రభావవంతమైన మార్గం. అయితే, బహిరంగ ప్రకటనల నుండి పొందిన రిటర్న్ ఆన్ ఇన్వెస్ట్మెంట్ (ROI) ని కొలవడం కష్టం కావచ్చు. ఇది చాలా మంది వ్యాపారస్తులను తమ బహిరంగ ప్రకటనల ప్రణాళికలను మెరుగుపరచడానికి అవసరమైన సమాచారం లేకుండా ఉంచుతుంది.

ఆపాదన నమూనాలు అనేవి బహిరంగ ప్రకటనల నుండి వచ్చే ROI ని కొలవడానికి ఉపయోగించే విధానాలు. ఈ నమూనాలు ప్రకటనల యొక్క ప్రభావాన్ని మరియు వాటి నుండి వచ్చే డబ్బును అంచనా వేయడానికి సహాయపడతాయి.

ఈ వ్యాసం బహిరంగ ప్రకటనలకు ROIని ట్రాక్ చేయడంలో ఆపాదన నమూనాలను మరియు వాటి సంబంధాన్ని అన్వేషిస్తుంది. మొదట, ఆపాదన నమూనాల యొక్క ప్రధాన రకాలను పరిశీలిస్తుంది. తరువాత, ప్రతి రకం నమూనా యొక్క ప్రయోజనాలు మరియు అప్రయోజనాలను చర్చిస్తుంది. చివరగా, ఆపాదన నమూనాలను ఎంచుకోవడంలో పాత్ర పోషించే అంశాలను పరిశీలిస్తుంది.

ఆపాదన నమూనాల రకాలు

ఆపాదన నమూనాలు రెండు ప్రధాన రకాలుగా విభజించబడ్డాయి:

- ప్రత్యక్ష ఆపాదన: ఈ నమూనాలు ప్రకటనలను ప్రత్యక్షంగా మార్పిడిలతో ముడిపెడతాయి. ఉదాహరణకు, ఒక వ్యాపారం దాని వెబ్ సైట్ పై ఒక ప్రకటనను ప్రదర్శిస్తుంది మరియు ఆ ప్రకటనను చూసిన వ్యక్తి వెబ్ సైట్ లో కొనుగోలు చేస్తే, ఆ ప్రకటనకు ఆ మార్పిడిని ఆపాదించవచ్చు.
- అప్రత్యక్ష ఆపాదన: ఈ నమూనాలు ప్రకటనలు మార్పిడిలకు దారితీస్తాయని అంచనా వేస్తాయి, కానీ అవి వాటిని ప్రత్యక్షంగా ముడిపెట్టవు. ఉదాహరణకు, ఒక వ్యాపారం ఒక టెలివిజన్ ప్రకటనను ప్రసారం చేస్తుంది మరియు ఆ ప్రకటనను చూసిన వ్యక్తి కొంతకాలం తర్వాత వ్యాపారం నుండి కొనుగోలు చేస్తే, ఆ ప్రకటనకు ఆ మార్పిడిని ఆపాదించవచ్చు.

ప్రత్యక్ష ఆపాదన నమూనాలు

ప్రత్యక్ష ఆపాదన నమూనాలు సాధారణంగా బహిరంగ ప్రకటనల ROIని కొలవడానికి ఉపయోగించే అత్యంత ఖచ్చితమైన మార్గం. అయితే, ఈ నమూనాలు కొన్ని పరిమితులను కలిగి ఉంటాయి.

తమ ఫలితాలను విజయవంతంగా ట్రాక్ చేసి కొలిచిన ప్రచారాల కేసు అధ్యయనాలు

పరిచయం

బహిరంగ ప్రకటనల ప్రచారాల ఫలితాలను ట్రాక్ చేయడం మరియు కొలవడం చాలా ముఖ్యం. ఇది వ్యాపారాలకు వారి ప్రచారాల యొక్క ప్రభావాన్ని అర్థం చేసుకోవడానికి మరియు అవసరమైన మార్పులు చేయడానికి సహాయపడుతుంది.

ఈ వ్యాసం తమ ఫలితాలను విజయవంతంగా ట్రాక్ చేసి కొలిచిన కొన్ని ప్రచారాల కేసు అధ్యయనాలను అందిస్తుంది. ఈ కేసు అధ్యయనాలు ప్రచారాల యొక్క వివిధ రకాల ఫలితాలను అంచనా వేయడానికి ఉపయోగించిన ఆపాదన నమూనాలను కూడా చర్చిస్తాయి.

కేసు అధ్యయనం 1: ఒక ఆన్‌లైన్ షాప్

ఒక ఆన్‌లైన్ షాప్ దాని వెబ్‌సైట్‌పై ప్రకటనలను ప్రదర్శించడం ద్వారా దాని అమ్మకాలను పెంచడానికి ప్రయత్నించింది. షాప్ దాని ప్రకటనలకు లింక్‌లను కలిగి ఉంది, కాబట్టి ఇది ప్రత్యక్ష ఆపాదన నమూనాను ఉపయోగించగలిగింది.

షాప్ ప్రకటనలను ప్రారంభించిన తర్వాత, దాని అమ్మకాలు 20% పెరిగాయి. షాప్ ప్రత్యక్ష ఆపాదన నమూనాను ఉపయోగించి, ఇది ప్రకటనలకు ఈ పెరుగుదలకు 15% క్రెడిట్ ఇచ్చింది.

కేసు అధ్యయనం 2: ఒక టెలివిజన్ ప్రకటన

ఒక కంపెనీ దాని కొత్త ఉత్పత్తి కోసం ఒక టెలివిజన్ ప్రకటనను ప్రసారం చేసింది. కంపెనీ ప్రకటనల యొక్క ప్రభావాన్ని అంచనా వేయడానికి ఒక అప్రత్యక్ష ఆపాదన నమూనాను ఉపయోగించింది.

కంపెనీ ప్రకటనల ప్రారంభానికి ముందు మరియు తర్వాత దాని ఉత్పత్తి గురించి సోషల్ మీడియాలో సంభాషణను అంచనా వేసింది. కంపెనీ కనుగొంది, ప్రకటనల తర్వాత, ప్రజలు కంపెనీ యొక్క ఉత్పత్తి గురించి ఎక్కువగా మాట్లాడటం ప్రారంభించారు.

కంపెనీ ఈ అంచనాల ఆధారంగా, ప్రకటనలు కొత్త ఉత్పత్తి గురించి అవగాహనను పెంచడంలో సహాయపడ్డాయి.

కేసు అధ్యయనం 3: ఒక ఈవెంట్

ఒక సంస్థ దాని ఉత్పత్తిని ప్రోత్సహించడానికి ఒక ఈవెంట్‌ను నిర్వహించింది. సంస్థ ఈవెంట్‌కు హాజరు కావడానికి టిక్కెట్లను అమ్మింది.

సంస్థ ఈవెంట్‌కు హాజరు కావడం ద్వారా ప్రజలు సంస్థ యొక్క ఉత్పత్తిని కొనుగోలు చేయడానికి మరింత అవకాశం ఉందని భావించింది.

Conclusion:
ముగింపు:

బహిరంగ ప్రకటనల శక్తి గురించి పుస్తకంలోని ముఖ్య విషయాలు

బహిరంగ ప్రకటనలు అనేవి వ్యాపారాలు తమ ఉత్పత్తులు లేదా సేవలను ప్రజలకు ప్రచారం చేయడానికి ఉపయోగించే ఒక ప్రభావవంతమైన మార్గం. బహిరంగ ప్రకటనలు వ్యాపారాలకు కొత్త కస్టమర్లను ఆకర్షించడం, మార్కెట్ వాటాను పెంచడం మరియు ఉత్పత్తుల లేదా సేవల గురించి అవగాహనను పెంచడంలో సహాయపడతాయి.

పుస్తకంలోని ముఖ్య విషయాలు

బహిరంగ ప్రకటనల శక్తి గురించి పుస్తకం బహిరంగ ప్రకటనల యొక్క ప్రాముఖ్యత మరియు దానిని ఎలా విజయవంతంగా ఉపయోగించాలో గురించి చర్చిస్తుంది. పుస్తకం క్రింది అంశాలను కవర్ చేస్తుంది:

- బహిరంగ ప్రకటనల యొక్క శక్తి మరియు ప్రాముఖ్యత
- బహిరంగ ప్రకటనల రకాలు
- బహిరంగ ప్రకటనల ప్రణాళిక
- బహిరంగ ప్రకటనల కోసం ఆడియన్స్ లక్ష్యం
- బహిరంగ ప్రకటనల కోసం కంటెంట్ సృష్టించడం
- బహిరంగ ప్రకటనల ప్రభావాన్ని కొలవడం

పుస్తకం యొక్క కొన్ని ముఖ్యమైన విషయాలు

- బహిరంగ ప్రకటనలు వ్యాపారాలకు కొత్త కస్టమర్లను ఆకర్షించడంలో, మార్కెట్ వాటాను పెంచడంలో మరియు ఉత్పత్తుల లేదా సేవల గురించి అవగాహనను పెంచడంలో సహాయపడతాయి.

- బహిరంగ ప్రకటనలను విజయవంతంగా ఉపయోగించడానికి, వ్యాపారాలు తమ లక్ష్య ప్రేక్షకులను అర్థం చేసుకోవాలి మరియు వారి ప్రకటనలను ఆ ప్రేక్షకులకు ఉద్దేశించాలి.

- బహిరంగ ప్రకటనల ప్రభావాన్ని కొలవడం ద్వారా, వ్యాపారాలు తమ ప్రకటనల నుండి అవసరమైన ఫలితాలను పొందాయో లేదో నిర్ధారించుకోవచ్చు.

పుస్తకం నుండి నేర్చుకోవడానికి కొన్ని చిట్కాలు

- మీ లక్ష్య ప్రేక్షకులను అర్థం చేసుకోండి. వారు ఎవరు? వారు ఏమి ఆసక్తి కలిగి ఉన్నారు? వారు ఎలా నిర్ణయాలు తీసుకుంటారు?

- మీ ప్రకటనలను మీ లక్ష్య ప్రేక్షకులకు ఉద్దేశించండి. మీ ప్రకటనలు వారి ఆసక్తులను స్పృహించేలా మరియు వారి అవసరాలను తీర్చేలా చేయండి.

- మీ ప్రకటనల ప్రభావాన్ని కొలవండి. మీ ప్రకటనలు మీ వ్యాపార లక్ష్యాలను సాధించడంలో సహాయపడుతున్నాయో లేదో నిర్ధారించుకోవడానికి మీ ప్రకటనల నుండి వచ్చే డేటాను అంచనా వేయండి.

బహిరంగ ప్రకటన రంగంలో భవిష్యత్తు ధోరణులు మరియు నవీకరణాలు

బహిరంగ ప్రకటన రంగం నేడు మరింత సున్నితంగా మరియు లక్ష్యంగా ఉంది. వ్యాపారాలు తమ లక్ష్య ప్రేక్షకులను చేరుకోవడానికి మరియు వారి ఉత్పత్తులు లేదా సేవల గురించి అవగాహనను పెంచడానికి కొత్త మార్గాలను కనుగొంటున్నాయి.

భవిష్యత్తు ధోరణులు

బహిరంగ ప్రకటన రంగంలో భవిష్యత్తులో కొన్ని ప్రధాన ధోరణులు ఇక్కడ ఉన్నాయి:

- ఆన్‌లైన్ మరియు ఆఫ్‌లైన్ కలయిక: వ్యాపారాలు తమ ప్రకటన ప్రయత్నాలలో ఆన్‌లైన్ మరియు ఆఫ్‌లైన్ ప్రపంచాలను మరింత బాగా కలపడంపై దృష్టి పెట్టాయి. ఉదాహరణకు, వారు ఆన్‌లైన్ ప్రకటనలను ఆఫ్‌లైన్ రిటైల్ స్థాయిలలో ఆఫర్‌లతో లింక్ చేయవచ్చు.

- వ్యక్తిగతీకరణ: వ్యాపారాలు తమ ప్రకటనలను ప్రతి వ్యక్తిగత ప్రేక్షకులకు అనుగుణంగా చేయడానికి మరింత వ్యక్తిగతీకరణ పద్ధతులను ఉపయోగిస్తున్నాయి. ఉదాహరణకు, వారు ప్రేక్షకుల యొక్క స్థానం, ఆసక్తులు మరియు ఇతర కారకాల ఆధారంగా ప్రకటనలను లక్ష్యంగా చేసుకోవచ్చు.

- వీడియో: వీడియో బహిరంగ ప్రకటనలలో అత్యంత ప్రభావవంతమైన మార్గాలలో ఒకటిగా మారింది.

వ్యాపారాలు తమ ప్రకటనలను మరింత ఆకర్షణీయంగా మరియు సమాచారంగా చేయడానికి వీడియోను ఉపయోగిస్తాయి.

వీడియో ధోరణి

- సోషల్ మీడియా: సోషల్ మీడియా బహిరంగ ప్రకటనల కోసం ఒక ముఖ్యమైన ఛానెల్‌గా మారింది. వ్యాపారాలు తమ లక్ష్య ప్రేక్షకులతో కనెక్ట్ అవ్వడానికి మరియు వారి ఉత్పత్తులు లేదా సేవల గురించి అవగాహనను పెంచడానికి సోషల్ మీడియాను ఉపయోగిస్తాయి.

సోషల్ మీడియా ధోరణి

- ఆర్టిఫిషియల్ ఇంటెలిజెన్స్ (AI): AI బహిరంగ ప్రకటన రంగంలో ఒక శక్తివంతమైన సాధనంగా మారింది. వ్యాపారాలు AIని ప్రకటనలను లక్ష్యంగా చేసుకోవడానికి, ప్రభావాన్ని కొలవడానికి మరియు మరింత ఆకర్షణీయమైన కంటెంట్‌ను సృష్టించడానికి ఉపయోగిస్తాయి.

నవీకరణలు

నవీకరణలు అనేవి ఒక వ్యవస్థ లేదా పరికరం యొక్క కొత్త లక్షణాలను జోడించడం లేదా దాని పనితీరును మెరుగుపరచడానికి చేసే మార్పులు. నవీకరణలు అనేక రకాలుగా వస్తాయి, అవి కంప్యూటర్లు, మొబైల్ పరికరాలు, సాఫ్ట్‌వేర్ మరియు హార్డ్‌వేర్‌లో ఉపయోగించబడతాయి.

నవీకరణల ప్రయోజనాలు

నవీకరణలు అనేక ప్రయోజనాలను అందిస్తాయి, వీటిలో:

- కొత్త లక్షణాలు: నవీకరణలు కొత్త లక్షణాలను జోడించవచ్చు, ఇవి వ్యవస్థ లేదా పరికరం యొక్క పనితీరును మెరుగుపరుస్తాయి లేదా దానిని మరింత ఉపయోగకరంగా చేస్తాయి. ఉదాహరణకు, కంప్యూటర్ నవీకరణ కొత్త సెక్యూరిటీ ఫీచర్‌లను జోడించవచ్చు లేదా కొత్త ప్రోగ్రామింగ్ భాషలకు మద్దతును జోడించవచ్చు.

- మెరుగుపరచబడిన పనితీరు: నవీకరణలు వ్యవస్థ లేదా పరికరం యొక్క పనితీరును మెరుగుపరచవచ్చు. ఉదాహరణకు, మొబైల్ పరికరం నవీకరణ కొత్త బ్యాటరీ ఆయుష్షును జోడించవచ్చు లేదా ప్రాసెసింగ్ వేగాన్ని పెంచవచ్చు.

- సురక్షితతత: నవీకరణలు కొత్త సెక్యూరిటీ ఫీచర్‌లను జోడించవచ్చు, ఇవి వ్యవస్థ లేదా పరికరాన్ని హ్యాకర్లు మరియు ఇతర భద్రతా అనుచితతల నుండి రక్షించడంలో సహాయపడతాయి.

నవీకరణల కోసం కారణాలు

వ్యవస్థలు మరియు పరికరాలు ఎల్లప్పుడూ అభివృద్ధి చెందుతున్నాయి, కొత్త లక్షణాలు మరియు మెరుగుదలలు జోడించబడుతున్నాయి. ఈ మార్పులు వ్యవస్థ లేదా పరికరం యొక్క స్థిరత్వాన్ని మెరుగుపరచడానికి మరియు దానిని మరింత ఉపయోగకరంగా చేయడానికి అవసరం.

నవీకరణలను ఎలా ఇన్‌స్టాల్ చేయాలి

నవీకరణలను ఇన్‌స్టాల్ చేయడానికి, మీరు సాధారణంగా వ్యవస్థ లేదా పరికరం యొక్క సెట్టింగ్‌లకు వెళ్లి, నవీకరణలను చూడవచ్చు. మీరు నవీకరణలను ఇన్‌స్టాల్ చేయడానికి "ఇన్‌స్టాల్" లేదా "డౌన్‌లోడ్ మరియు ఇన్‌స్టాల్" బటన్‌ను నొక్కవచ్చు.

బహిరంగ ప్రకటనల శక్తిని తమ బ్రాండ్ల కోసం స్వీకరించాలని పాఠకులకు పిలుపు

బహిరంగ ప్రకటనలు అనేవి వ్యాపారాలు తమ ఉత్పత్తులు లేదా సేవలను ప్రజలకు ప్రచారం చేయడానికి ఉపయోగించే ఒక ప్రభావవంతమైన మార్గం. బహిరంగ ప్రకటనలు వ్యాపారాలకు కొత్త కస్టమర్లను ఆకర్షించడం, మార్కెట్ వాటాను పెంచడం మరియు ఉత్పత్తుల లేదా సేవల గురించి అవగాహనను పెంచడంలో సహాయపడతాయి.

బహిరంగ ప్రకటనల శక్తిని వినియోగించడానికి, వ్యాపారాలు తమ లక్ష్య ప్రేక్షకులను అర్థం చేసుకోవాలి మరియు వారి ప్రకటనలను ఆ ప్రేక్షకులకు ఉద్దేశించాలి. వ్యాపారాలు తమ ప్రకటనల కోసం సరైన ఛానెల్‌లను ఎంచుకోవాలి మరియు వారి ప్రకటనలను ప్రభావవంతంగా సృష్టించాలి.

పాఠకులకు పిలుపు

మీరు ఒక వ్యాపారం అయితే, మీరు మీ బ్రాండ్‌ను విజయవంతం చేయడానికి బహిరంగ ప్రకటనల శక్తిని స్వీకరించాలి. బహిరంగ ప్రకటనలు మీకు ఇచ్చే కొన్ని ప్రయోజనాలు ఇక్కడ ఉన్నాయి:

- కొత్త కస్టమర్లను ఆకర్షించండి: బహిరంగ ప్రకటనలు మీ లక్ష్య ప్రేక్షకులకు మీ ఉత్పత్తులు లేదా సేవల గురించి తెలుసుకోవడానికి మార్గం.

- మార్కెట్ వాటాను పెంచండి: బహిరంగ ప్రకటనలు మీరు మీ పోటీదారుల కంటే ముఖ్యమైన ప్రదేశాన్ని సంపాదించడంలో సహాయపడతాయి.

- అవగాహనను పెంచండి: బహిరంగ ప్రకటనలు మీ ఉత్పత్తులు లేదా సేవల గురించి మీ లక్ష్య ప్రేక్షకులకు అవగాహనను పెంచడంలో సహాయపడతాయి.

బహిరంగ ప్రకటనల శక్తిని ఉపయోగించడానికి, మీరు కొన్ని మార్గదర్శకాలను అనుసరించాలి:

- మీ లక్ష్య ప్రేక్షకులను అర్థం చేసుకోండి: మీరు ఎవరికోసం ప్రకటించాలనుకుంటున్నారో మీకు తెలుసుకోవాలి. వారి వయస్సు, లింగం, ఆసక్తులు మరియు జీవనశైలి ఏమిటి?
- సరైన ఛానెల్లను ఎంచుకోండి: మీ ప్రకటనలను చూసే లేదా వినే ప్రజలను చేరుకోవడానికి మీరు సరైన ఛానెల్లను ఎంచుకోవాలి.
- ప్రభావవంతమైన కంటెంట్‌ను సృష్టించండి: మీ ప్రకటనలు మీ లక్ష్య ప్రేక్షకులను ఆకర్షించేలా చేయాలి.

Printed in the USA
CPSIA information can be obtained
at www.ICGtesting.com
LVHW010313100824
787870LV00009B/345

9 798869 127976